गालावरील तुझ्या पावडर होऊ काय?

संजय वि. येरणे

Made with ♥ on the Notion Press Platform
www.notionpress.com

कादंबरी

गालावरील तुझ्या

पावडर

होऊ काय?

**

संजय वि. येरणे

**

प्रकाशन - २६ मार्च २०२५

संजय वि. येरणे

प्रभाग ७, शिवाजी चौक,

मु. पो. तह.नागभीड, जिल्हा चंद्रपूर ४४१२०५

मो.नं. ९४२१७८३५२८

*

अनुक्रमणिका

अनुक्रमणिका

प्रस्तावना

"गालावरील तुझ्या पावडर होऊ काय?" ही कादंबरी वाचकांसमोर उपलब्ध करून देताना खरेतर मी आनंदीत आहे, तेवढाच सांशकही आहे. यापूर्वी "योद्धा, यमुना, रमास्त्र" ह्या तीन कादंबरी संत वाङ्.मय व ऐतिहासिक स्वरुपात माझ्या हाताने पूर्णत्वास आले आहे. 'बयरी' ही ग्रामीण कादंबरी स्त्रीव्यथेवरील आपणांसमोर साकार झाली आहे. मात्र प्रेम या विषयावर 'पावडर' ही कादंबरी अगदी खूप वय व बुद्धीने वाढळ्यावर लिहिणे मलाच हास्यास्पद वाटते आहे. खरंतर 'प्रेम' या विषयावर काही नवीन मांडता येणार नव्हतेच. "तोच मसाला आणि तोच भात" असे प्रेम विषयाच्या बाबतीत घडत असतं. एका चित्रपटाच्या कथानकदृष्टीने एका व्यक्तिमत्वाने सांगितल्यामुळे काहीतरी वेगळे कथानक देता येईल काय? याचाच विचार करत असताना या कादंबरीचे लेखन कार्य सुरू केले. मात्र तब्येतीची कुरकुर आणि कौटुंबिक कार्याचा व्याप यामुळे मी या विषयाला न्याय देताना खूप उशीर केला. प्रेम या विषयावर कादंबरी लिहिणे हा माझा पिंड नव्हताच. त्यामुळे मी केलेले लिखाण हे साहित्यमूल्याच्या दृष्टीने वरचढ असेल असेही मी मानत नाही.

कादंबरीला दिलेले 'पावडर' हे वेगळे नाव ऐकून नावातूनही हसू येतं. प्रतिकात्मक काव्यकल्पनेतून सुचलेलं हे नाव आहे. या कादंबरीतील घटना, पात्र, प्रसंग मांडताना खरेतर इतिहास या विषयापेक्षा मला फार कस लागलेला आहे. ही कादंबरी कलश-स्मिता या पात्राची मध्यवर्ती भूमिका, त्यांच्या मनभावना आणि त्यांचं वागणं-बोलणं यावर चित्रीत झालेली आहे. फ्लॅशबॅक पद्धतीने काही मोजक्याच दिवसाचं कथानक मांडण्याचा यात प्रयत्न केला आहे. आत्मकथन व निवेदन सूत्र वापरून रचलेले कथानक आणि समिश्र भाषेचा संगम, प्रत्येक प्रकरणाच्या शेवटी सिनेमाच्या गीताने केलेली सांगता, नाविन्यपूर्ण कल्पकता मांडण्याचा प्रयत्न याद्वारा झाला आहे. खरंतर यातील घटना, पात्र, प्रसंग हे काल्पनिक असून यात कुठलाही योगायोग साधर्म्य येणार नाही

ही खात्री आहे.

कादंबरीतील वैचारिक मांडणी सोडून प्रेममांडणीला ही तरुणाई नक्कीच आपलीशी करेल, या उद्देशाने लिहिलेले हे मनोरंजनात्मक कथानक होय. प्रबोधन किंवा सामाजिकता या बाबीकडे दुर्लक्ष करावे लागेल. काही वर्षांपूर्वी देशोन्नती 'जल्लोष' मध्ये तरुणाईवर वैचारिक लेख लिहिताना मनात असलेलं कादंबरीच्या रूपातील प्रगटन हे आज कित्येक वर्षांनी 'पावडर' रूपाने समोर आले आहे. याचमुळे हा आनंद.

कथा, कविता, कादंबरी, समीक्षा, बालवाङ्.मय, संपादन अशा अनेक प्रकारातील पस्तीसहून अधिक पुस्तकाचे लेखन कार्य करताना पुन:श्च या कादंबरीरूपाने साहित्यकार्यात पडलेली भर मन सुखावणारी आहे. कादंबरीचे कथानक आपण वाचणार आहातच. त्याविषयी काय बोलावे? मात्र आपणास मनोरंजन या दृष्टीकोनातून ही कादंबरी नक्की आवडेल. या कादंबरी निर्मिती मागे काही मित्रमंडळीचे सहकार्य लाभले. त्यांच्याशी केलेल्या चर्चा आणि त्यांनी सांगीतलेल्या घटना, प्रसंग यांचाही मी आभारी आहे. अखेर आपल्या अभिप्रायाच्या प्रतीक्षेत.

लेखक - संजय येरणे.

नागभीड, जिल्हा चंद्रपूर.

मो.नं. ९४२१७८३५२८

1

"चाहे सौ गर्दीशे हो, पर कोई गैर नही
हम दुनिया से लढ लेंगे, पर तेरे बगर नही."

यासीर देसाईचे गीत मोबाईलवर सुरू होते. कलश गाण्यात तल्लीन होऊन रमला होता. अगदी पहाटेच्या समयी उठलेला कलश घराच्या बाहेर फिरायला निघालेला. तसं पाहता त्याला गाण्याची तेवढी विशेष आवड नव्हती, पण या एखाद्या महिन्यात त्याला गाणे फारच आवडू लागले होते.

कलशचं मन अधीर होतं. गाणं ऐकता-ऐकताच त्याने पुन्हा चॅटबॉक्स उघडून बघितला. त्याचं मन पुन्हा निराश झालं. "अरेच्चा! ही वेडी तर नाही. तब्बल बाहात्तर तास झालेत. तिचा मोबाईल स्विच ऑफ येतो आहे. ऑनलाइन पण ती आली नाही." मनात विचाराचे काहूर दाटून आले होते.

तो वारंवार स्मिताचा चेहरा डोळ्यासमोर आठवीत होता. त्याचं मन बेचैन वाटत होतं. तिच्याशी सहजच बोलावं, कमीत कमी तिने मेसेज तरी द्यावा एवढीच माफक अपेक्षा. पण ती कलशला भेटून गेल्यापासून असं काय घडलं? की, तिने फोन स्विच करून ठेवला आहे. त्याच्या मनात विचाराचे थैमान पसरताच त्याने मोबाईलवरील गाणे बंद केले. पहाटेचा चंद्र आता सूर्याच्या आगमनात आभाळातून विरणार होता. कलशचं बेचैन मन सकाळचं मॉर्निंग वाक करून निराशमनाने घराकडे परतत होतं.

***

अगदी परवाला स्मिता त्याला ठरल्याप्रमाणे भेटायला आलेली. तेव्हा पण तिचा मोबाईल बंदच येत होता. त्यांनी तिला विचारलं.

"का गं स्मिता सकाळपासून तुझा मोबाईल बंद येतो आहे?" त्याने तिला विचारलं.

"होय, रिचार्ज संपलाय म्हणून... पण मी आली ना! काल ठरवल्याप्रमाणे."

"होय, थोडा उशीरच केला तरीपण..."

"हो, झाला थोडा उशीर. कसं सांगू तुम्हाला? घरी किती खोटं बोलावं लागतं एवढ्याशा भेटीसाठी." ती मंद स्मित करीत हसली. तिच्या गालावर पडणारी खळी, तिचं लाजरंबुजरं हास्य त्याला फुलविण्यास पुरेसं होतं. ती येताच त्याचं मन फुलारून आलेलं.

ती जवळ आली. एकटक त्याच्याकडे बघत राहिली. त्याला आलिंगन द्यावे असेच तिला वाटले. ती त्याचा हात हातात घेणार एवढ्यात कलशने थोडं सरकत हात आखडता घेतला होता. ती अगदी भाऊक झालेली. त्याला कवेत घेणार अशीच तिची स्थिती. आजूबाजूस कोणी बघत तर नाही ना! कलश खात्री करीतच थोडे बाजूला झाला.

तीही अगदी त्याला बघून आनंदली होती. तिने जवळ येताच हातातील रंग घेत त्याच्या चेहऱ्यावर माखला. ती अगदी हसून आनंदाने त्याला रंगाने भरवीत होती. रंगपंचमीचा तो दुसरा दिवस. दोघांनी एकमेकाला रंग लावायचं असंच ठरवलं होतं. स्मिता मनातून पहिल्यांदाच आपल्या कलशला रंगाने भरवित होती. कलशने हातात गुलाल घेत तिच्या चेहऱ्यावर रंग माखला होता.

कलशचा तिच्या कोमल गोऱ्या गालावर झालेला स्पर्श, हातात हातात घेत तिच्याकडे बघू लागला होता. तिचे डोळे पाणवले होते.

"खरंच! माझ्यावर एवढा जीव लावलंस होय."

"हुं! तुम्ही सुंदर आहात. अगदी मनातून आवडलात मला. तुमच्या पहिल्या भेटीपासून ते आजतागायत मी तुमच्या गुणकौशल्यावर भाळली आहे."

"मला सांगायला हवं होतं ना! इतके दिवस अशी...."

"खूप भीती वाटत होती. मी मनातच कुढत जगत होती. पण त्या दिवशी मला राहावलं नाही. मी मेसेज केला तुम्हाला."

"अगं, मी किती कोड्यात पडलोय. विचारचक्रात गुंतलोय बघ. आपली वाट अगदी ध्रुव ताऱ्याप्रमाणे आहे. आपण कधीही एकत्र येऊ शकत नाही आणि मला तर तुझी फसवणूक करायची नाही..."

"हो रे माझ्या सोनपाखरा! तुमचं प्रामाणिक मन बघूनच तर मी फसले. मी तरी काय करू सांगा ना! मला तुमच्याशिवाय काहीएक दिसत नाही. तुमच्याशिवाय आता जगणं म्हणजे..." कलशने तिच्या तोंडावर हात ठेवला होता. तिचं बोलणं थांबलं होतं.

कलशने तिला कुशीत घेत कुरवाळले होते. तिची पापणी आनंदाने भरून आली होती. ती रडू लागली. स्मिताचं प्रेम तिच्या कुशीत असल्याने तिला झालेला तो अत्यानंदच होता. बराच वेळ ती त्याच्या कुशीत विसावली होती. स्मिताने पटापट त्याच्या ओठाचं चुंबन घेतलं होतं नि कलशही तिच्या या कृतीने तिच्या ओठावर ठेऊन चुंबन घेऊ लागलेला. दोघेही एकमेकांच्या नजरेत बघत प्रेमधुंद झाली होती.

"स्मिता.."

"हुं...!"

"मी जर असा तुझ्याशी वासनेच्या पलीकडे गेलो, मोह आवरता नाही आला तर...!"

"हुं...! मी तुझीच आहे रे माझ्या राजा!"

"होय, तू माझी राणी आहेस, पपीहा, कोयल, जीवनगाणी आहेस."

"माझे जीवन, माझी तहान, तुम्ही पाणी...." ती त्याच्या गालावर टिचकी मारत हसली.

"बोल ना!"

"काय बोलू? मला काहीच असं आठवत नाहीये. तू जवळ असलास म्हणजे झालं."

"पण मला कसं जमणार? ते तुलाही ठाऊक आहे. माझ्या अडचणी..."

"हो रे माझ्या राजा, पण तुझ्यावर मनसोक्त प्रेम करता येईल तेवढं मी करतच राहणार. माझ्या हृदयात तू जीवनाच्या शेवटपर्यंत राहणार आहेस."

"खरंतर तुझं इतकं जीव लावणं, वेड लावणं, वागणं, मला तर तू यामुळेच भावलीस. होय! आपलं प्रेम असं किती दिवसाचं म्हणण्यापेक्षा पुढं अगदी हयात असेपर्यंत टिकावं असंच वाटतंय. देतेस ना मला वचन!"

"हो रे माझ्या राजा! दिले तुला वचन. माझी शपथ!" दोघांनीही पुन्हा एकमेकास आलिंगन दिलं होतं. वचनाची पूर्तता करण्यास शपथ घेतली होती.

"लव यू सो मच..." स्मिता कानात पुटपुटली.

"लव यू टू मच..." कलशनेही प्रत्युत्तर दिलं.

दोघांच्याही नजरा एकमेकास भिडल्या होत्या. दोघांचीही आजची भेट काही औरच होती. तिचं सोनपावलाने येणं, संयमी बोलणं, जवळ येताच हातात हात धरून एकमेकास निरखणं

ठरवलेला तो दिवस, स्मिता व कलशच्या मनाला नेत्रपालवी फुलवणारा असाच राहिला. किती वेळापासून ती येईल लवकरच, याकडे लागलेले डोळे, तिच्या येण्याने, तिच्या स्पर्शाने त्याला मोहित करून घेत होते. तिचा स्पर्श त्याच्या मनाला उभारी आणणारा असाच, दोघेही एकमेकांसमोर बसून एकमेकांना निरखत होती.

पुढे काय नि कसं बोलावं? तिने त्याच्या प्रेमाचा स्वीकार केला होता. त्याने अलगद हातात एक पुस्तक घेतलं.

"काय वाचते आहेस...?"

"ही कादंबरी..."

"मलाही आवडते वाचायला, देणार ना!"

"हो तू पण वाच. खास तुझ्यासाठीच मागवली आहे. आवडेल तुला."

"काय आहे यात विशेष?"

"फक्त प्रेम, निस्वार्थी प्रेम..."

"खर सांगू का? यातील एक वाक्य खूप आवडलं मला. अगदी मनावर कोरून गेलं आहे."

"कोणतं?"

"सत्ययुगात सीता मरायची, आज कलियुगात राम मरतो आहे." कलश खिन्न आणि उदास झाला होता. ती त्याकडे एकटक बघतच

राहिली. स्मिताला त्याच्या भावना कळून आल्या होत्या. त्याचे मन उमगले होते.

कलशला वाचण्याची फारच आवड, कधीमधी तर चार शब्द खरडून काढत एखादी कविता तयार करण्याचा छंद. कलशच्या सहवासामुळे खरंतर स्मितालाही वाचण्याची आवड लागली होती आणि कथा, कादंबरीवरील चर्चा त्यामुळेच स्मिता त्याच्याजवळ आलेली होती. कलशच्या गुण कौशल्याने तिला भारावून सोडलं होतं. स्मिताने कादंबरीची पाने चाळली. त्यावरील मुखपृष्ठ तर अप्रतिमच होतं. 'बाळाला दूध पाजणारी आई' ग्रामीण स्त्रीच्या संघर्षाचे चित्रण करणारी ती कादंबरी.

"तू वाच अगोदर, मला काय आहे यात विशेष ते सांगशील? आता तुला चांगलं समीक्षणात्मकही बोलता येतं ना! मी सांगण्यापेक्षा तुझ्या शब्दात ऐकायला आवडेल मला." कलशने तिला सहजच हसत म्हटलं.

"हं! अगदी आवडीने वाचेन, पण काय करू? अजिबात घरच्या कामामुळे वेळच मिळत नाही. पण लवकर संपविण्याचा प्रयत्न करेन." ती हसतच म्हणाली.

एक वर्षापासून मनात असलेले प्रेम आणि त्याची झालेली सुरुवात यामुळे तिचा चेहरा फुलला होता.

"आता पुन्हा केव्हा भेटशील?" कलशच्या बोलण्याने तिचा चेहरा पडला होता.

डोळ्यातून पाझर गळावा अशीच तिची स्थिती, ती एकटक त्याच्याकडे बघत राहिली.

"हं कळवीन. आता तुम्हाला भेटणं अशक्य होतय. कशी सांगू माझ्या राजा... इकडे आड तिकडं विहीर, मला तर वाटते हे सारंकाही सोडून तुमची व्हावे, पण..." डोळ्यातील ओलावा पुसत उसासे देऊ लागली होती.

कलश तिच्याशी आता कसं बोलावं याचाच विचार करू लागला होता.

"ऐ स्मिता बघ, आपलं काय ठरलं? अशी वेड्यासारखी वागू नकोस तू. रडायचं नाही. थांबव हे सगळं. कितीदा म्हटलं... नुसतं हसायचं. तू हसलीस ना की माझंही मन प्रफुल्लित होतं. असं नाही ना वागायचं."

कलशने तिच्याजवळ जात खिशातून हातरुमाल काढला. तिचे अश्रू पुसले होते. तिला कलशचा मिळालेला आधार... तिला फारफार मोलाचा वाटला होता.

"बरं हा रंगलेला चेहरा पुसून घे तेवढा!"

"नाही ना...! मी नाही पुसणार."

"अगं इथून जाताना लोक बघतील तेव्हा काय समजतील. झालं ना आपलं रंग खेळून..."

"मी नाही जा... मला पुन्हा लावायचा आहे रंग तुला."

"मग लाव ना!" ती अगदी आनंदाने हसली.

तिने हातात रंग घेऊन पुन्हा त्याच्या चेहऱ्यावर फासला होता. कलशनेही तिच्या चेहऱ्यावर रंग फासला. बराच वेळ दोघेही रंगात न्हाऊन निघाले होते. मोहच तो, कलशची बोटे अलगद तिच्या वक्षस्थळावरून फिरू लागली. क्षणार्धात ती सावध होत बाजूला झाली होती. तिने एक कटाक्ष रागातच त्यांच्याकडे टाकला. कलशला त्याची चूक लक्षात येताच तोही स्वतःला सावरत ओशाळल्यागत बाजूला झाला होता.

तिला केलेला मोहक स्पर्श जणू ही जीवनातील प्रेमभेट आज आपल्यामुळेच कटू झाली असं त्याला वाटू लागलं होतं. त्याचं प्रामाणिक मन ओशाळळल्यागत झालं. त्याला स्वतःला अपराधीपणाची जाणीव झाली.

"सो सॉरी स्मिता, ओ आय वाझन्ट गोइंग टू ऑक्ट लाईक दॅट, बट द टेम्पटेशन टू गेट क्लोज टू यू. आय स्वीअर आय वोन्ट इवन टच यू स्वीअर." कलशने तिला कसेबसे समजावले होते.

ती मात्र रडवेली झाली.

"काळजी घ्या. येते मी," वेळही बराच झाल्याने ती त्याकडे एकटक बघत म्हणाली.

ती कलशजवळून परतायला निघाली होती. कलश तिच्या पाठमोऱ्या आकृतीकडे बघतच राहिला. स्मिता मात्र एकदाही मागे वळून न बघता निघून गेली होती आणि अपराधीपणाची भावना, त्याची चूक त्याच्या मनालाच खात राहिली.

***

या बाबीला तब्बल बाहात्तर तास उलटलेले. पण अद्याप स्मिताचा मोबाईल स्विच ऑफ येत होता. ऑनलाईन तर ती आलीच नाही. तिचा विरह, तिच्याशी झालेली भेट कलशच्या मनमंदूत भरलेली स्मिता वारंवार नजरेसमोर येत होती.

"काय बरं झालं असेल? कदाचित आपण चुकीचे वागलो म्हणून असेल का? तिनेच तर पुढाकार घेतला होता. होय, आपण तर तिला स्पर्शही करणार नव्हतो. खरं तर आपल्यातलं हे अंतर तिनेच कमी केलं. फार मोठी चूक झाली. आपण असे वाहून जायला नको होतं. हे कसले प्रेम? हे काय आता आपले प्रेम करायचे दिवस आहेत. आपण तरी कुठे तिच्यात एवढं वाहवलो होतो. पण अचानक असे आपण तिच्या प्रेमात कसे गुंतलो हेच न कळणारे आहे,"

डोक्यात अनंत विचाराचे चक्र मेंदूला झिनझिण्या आणत होते. रात्रंदिवस केलेला विचार डोकं ठणकू लागलेलं.

"रात्रौला चांदण्या मोजण्यातच आपली गच्चीवर रात्र गेली. मात्र आपली चांदणी आज आपल्याला दिसलीच नाही. कुठलं ढग आडवं आलं कुणास ठाऊक?"

या प्रभात समयी फिरताना कलश तिच्या आठवणीत, मोबाईलवर लागलेलं गाणं गुणगुणत राहिला.

"दिल से सुन पिया, ये दिल की दासता,
जो लब्जो मे नही हो बयान...."

***

2

"तुम्ही सुंदर आहात, मी तुझीच आहे रे राजा!" स्मिताचं नेहमी उच्चारल्या जाणार वाक्य. कलशच्या मनपटलावर रेंगाळत होतं.

त्या दिवशीच्या भेटीची ओढ, सोनपावलांनी तिचं संयमी येणं. अगदी जवळ येताना अलगद हातात हात घेण्याचा तो प्रयत्न, खरंतर कलशनेच हात आखडता घेतला होता.

स्मिताचे मधाळ डोळे बघून कलशच्या मनपटलावर सातत्याने तिचा चेहरा येत होता. आता तर त्याला तिच्याविना एक क्षणही दूर राहणं होईना अशीच केविलवाणी स्थिती झालेली. कलशची जी अवस्था झाली जणू तिचीही अशीच अवस्था त्या प्रसंगाने झाली होती.

"लव यु टू मच... माझ्या सोनपाखरा." तिचा गोड आवाज कानात सातत्याने रेंगाळत होता.

स्मिताचा स्वभाव अगदी लाजाळूगत, तिचं मितभाषी बोलणं, शांत व संयमीपणा, रूपाने नसेलही विश्वसुंदरी पण गौरवर्णीय हसरा चेहरा, त्याला समजून घेणारे मन, अगदी मनातून त्याला ती आवडली होती.

***

कलशचे मन पुन्हा भानावर आले होते.

"का बरं केला नसेल कॉल? का बरं स्वीच ऑफ असेल मोबाईल? खरंच तिला काही समस्या तर आली नसेल ना! होय, तिने रिचार्ज संपला म्हणताच आपण रात्रोला रिचार्जही मारला होता. तिला रिचार्ज केलं हे सांगावं, पण फोन स्विच ऑफ. तिने मोबाईलला हातही लावला नसेल. नाहीतरी रिचार्ज केले त्याचे मेसेज तिला कळलेच असेल ना! की तिची

तब्येत वगैरे..."

"अरेच्या! मागे एकदा असंच झालं होतं. आपल्याला फोन करायला मेसेज दिला नि ती अशीच गायब, तेव्हाही किती हळहळलो आपण, नंतर कळलं अचानक तब्येत बिघडली, ती हॉस्पिटलमध्ये ऍडमिट होती. तसं तर काही झालं नसेल ना!"

कलशचं मन प्रभातसमयीच्या प्रसन्न वातावरणात तिच्या आठवणी काढत मनाला आल्हाददायकता निर्माण करीत होतं. सूर्य सोनपिवळा, अगदी मनाला मोहविणारा, मात्र आभाळातून विरलेल्या चांदण्या, चंद्र आता दिसेना झालेला. कलशच्या मनपटलासमोर वारंवार ती उभी राहत होती.

***

"होय! तुला सखी, राणी मानले. तुला प्रेयसी नव्हेतर अंतरंगातून पत्नीसारखे स्वीकारले. अशक्य असे हे कार्य, खरंतर मी अगदी वेडाच आहे. आपण का बरे असे वागलोत? नाही, आपण फार मोठी चूक केली आहे? जीवनातील शेवटच्या क्षणापर्यंत स्मिताच्या पाठीशी आधार म्हणून उभे राहण्याचा, सावली म्हणून जगण्याचा आपण तिला आपण विश्वास दिला आहे. होय! प्रेम एक विश्वासाचं नातं असतं. तू दूर असलीस म्हणून काय झाले? मी जीवन अखेरपर्यंत तुझ्यासोबत असणार."

"नाही ना रे राजा! तू माझ्या पाठीशी नकोस, माझ्यासमोर उभा राहा. मीच तुझ्या पाठीशी असेन." तिने तोंडावर हात ठेवत त्याला थांबवलं होतं.

ती एकटक त्याचा चेहरा निरखत होती. तिच्या डोळ्यातून पाझर फुटला होता.

तिच्या सहवासातील प्रत्येक क्षण नि क्षण त्याला आठवत होते. डोकं जास्त दुखू लागलं होतं.

'हं! ही अशी दूर का जाते आहे. तिने तर आपल्याला वचन दिलं आहे, नव्हेतर तिने मनातून आपल्याला स्वीकारले आहे. होय! त्या दिवशी आपण तिला सखी म्हणून स्वीकारलं आणि तिने सुद्धा आपल्याला सखा म्हणून स्वीकारले आहे.'

होय! ती कलशची जणू पत्नीच ठरली होती. दोघांच्या स्वसाक्षीने अगदी पवित्र मनाने एकमेकांना स्वीकारण्याचा तो क्षण. त्याच्या डोळ्यासमोर तरळत उभा राहिला.

स्मिता अशीच एके दिवशी आली होती. दोघेही एकमेकांना भेटली. एकमेकांच्या प्रेमाचा स्वीकार करून भेटण्याचा तो पहिलाच प्रसंग होता.

"स्मिता खरंच तुझं माझ्यावर प्रेम आहे का गं?"

"हो ना! कितीदा सांगू. मी कसं सांगू? रिअली, आय स्वीअर!" ती रडायला लागली होती.

"असं कशाला रडतेस गं." कलशने तिला जवळ घेतले. मात्र तिचे रडणे थांबता थांबेना.

कलशचं मन गलबलून आलं. पाकिटातील रुमाल काढून त्याने तिचे डोळे पुसले.

"बघ स्मिता, तुला सारंकाही कळतंय. तू तर वयाने समजदार आहेस. तुला मी खूप काही समजावूनही सांगितले. पण तुझ्या मनात मी घट्ट रुतून बसलोय. अगं किती दिवसापासून तू एकतर्फी माझ्यासाठी झुरत आहेस. अगोदर सांगायला नको होतं का?" कलशने तिला म्हटलं.

"माझी सांगायची हिंमतच झाली नाही. मला वाटत होतं, तुम्ही माझ्याशी एवढ्या चांगुलपणाने बोलत आहात तर तुमचंही मन माझ्यावर भाळलं असेल. मी अशीच समजत राहिली." तिने लांब श्वास घेतला होता.

"बरं! आता मी पण तुझ्यात गुंतलोय. अगं, तुझ्याकडे मी कधीही या प्रेमनजरेने बघितलं नव्हतं. मला तुझ्याविषयी अशा प्रेमभावना कधीही निर्माण झाली नव्हती. फक्त तू मला एक गुणी, समजूतदार मुलगी म्हणूनच फारच आवडलीस. कदाचित माझ्या मनातील विचारांना मिळणारं पाठबळ म्हणून तुझ्याशी मी गप्पात रंगलो असेलही, पण त्या दिवशी तुझ्या त्या मेसेजने, तुझ्या बोलण्याने खरंतर माझंही मन तुझ्याप्रति हळूहळू आकर्षित होऊ लागलं. अखेर आज मलाही तुझ्याविना राहणं कठीण जाते आहे. खरंतर मी फार चूक करतो आहे. तुलाही ठाऊक आहे. आपण दोघे कदापिही एकत्र येऊ शकत नाही. आपला मार्ग कधीही एकमेकांना मिळणारा नाही तरीपण तुझ्या

आठवणीचा उमाळा क्षणोक्षणी मनात रेंगाळत राहील. खरं आहे! प्रेम आंधळ असतं म्हणतात. प्रेमाला कधी सीमा नसतेच. माझंही तसंच झालंय. तू आज माझ्याकरिता अश्रू गाळतेस, पण काय सांगू स्मिता? माझेही अश्रू तुझ्याकरिता समर्पित होऊन कित्येकदा गळलेत. मी काय नि कसे दाखवू, सांग ना?"

कलशने बोलता-बोलताच गहिवरून येत आपल्या पापण्या पुसल्या होत्या. दोघेही एकमेकांना निरखू लागली होती. एकमेकांशी काय नि कसं बोलावं? हे सुद्धा सूचेना.

"मी तुला कायमचं मनातून स्वीकारले आहे. तुला जीवनभर अंतर देणार नाही. वचन दिलंय आणि तू पण..." स्मिताने त्यांच्या तोंडावर हात ठेवत त्याला शांत केलं होतं.

"होय माझ्या राजा, मी हयात असेपर्यंत तुझं प्रेम या अंतःकरणात रुजवून ठेवणार आहे. आपली वाट वेगळी असली तरीपण तू माझा स्वामी असणार आहेस. तुम्ही माझे आजपासून पती आहात." स्मिता अंतरंगातून गलबलून म्हणाली.

कलशने तिचा हात हातात घेत चुंबन घेतलं होतं. तिचं हळवं मन अगदी प्रसन्न होऊन हसलं. गालावर असलेली खळी नि गालावरील तीळ कलशला फार-फार आनंदित करून गेला होता. अलगद स्मिताने सोबत आणलेलं कुंकू काढलं.

"हे काय आहे माहिती आहे ना तुम्हाला." स्मिताने करंडा कलशच्या समोर करीत म्हटलं.

"हं...!" पण याचा अर्थ तुला पुरेपूर समजावून सांगू काय?"

"नको ना रे राजा! कळतेय मला." स्मिताचे डोळे पुन्हा रडवेले झालेले. कलशचे मन आता तिच्या मनातील विचाराप्रति सकारात्मक झाले होते. तो तिच्याकडे एकटक बघतच होता.

"या निसर्गवेलीच्या, आभाळाच्या साक्षीनं मी तुझ्या कपाळावर भांग भरणार, तुझ्या कपाळाला माझ्या नावाचं कुंकू देतोय. स्वीकारणार ना!"

"होय रे माझ्या राजा! अगदी मनातून तुला स्वीकारले आहे. म्हणूनच मी एवढा मोठा निर्णय घेतला. फक्त तुम्ही मला स्वीकारा तेवढं. मी या मनकोंडी विचारातून मुक्त तरी होईन. पुढे तुम्ही

माझ्याजवळ असाल की नसाल, पण मरेपर्यंत ही 'राधा' या 'श्यामला' हृदयात स्थान मांडून ठेवेल." पुन्हा ती रडवेली झाली होती. कलश अगदी शांत, गप्प तिच्यासमोर उभा होता.

'हं, भरा ना भांग! मी तुमचीच आहे. मला कुंकू लावा. मी वाट बघते आहे या क्षणाची."

कलश तिच्या या बोलण्यावर भाळला होता. कलशने चिमटीत कुंकू घेऊन तिच्या कपाळावर भरले. कपाळाला कुंकुमतिलक लावले. स्मिता त्याला निरखत राहिली.

"स्मिता, मी तुझी कधी प्रतारणा करणार नाही. फसवणूक करणार नाही. फक्त हृदयातील प्रामाणिक प्रेम म्हणून मी तुला या कृतीने पत्नीचा सन्मान देत तुला स्वीकारले एवढेच."

कलश स्मिताशी अगदी मन भारावून संवाद साधत राहिला. दोघांत चर्चा सुरू होत्या. कलश मात्र तिच्याशी भराभरा बोलत होता आणि तिने त्याला म्हटलं,

"किती भराभरा बोलता हं! थोडं शांत रहा. लांब श्वास घ्या. थांबा मी बोलते. अगदी शांत राहायचं."

दोघेही स्तब्ध झाली होती. एकमेकांना निरखत होती. लांब श्वास घेत त्याने उसासा दिला होता.

"छान, खूप छान हं! असंच राहायचं. आता कसं वाटतंय?"

कलश तिच्या या कृतीने आश्चर्यचकित झाला होता. कलशचा स्वभाव बोलका नि गतीने बोलणारं मन.

"मला की नाही अगदी तुझ्यासारखं असं संथ, सावकाश बोलणं नाही जमत. तसं बोलायला गेलं तर मला काहीएक सुचत नाही."

"तरीपण शांत राहायचं." तिने त्याच्या तोंडावर एक बोट ठेवला. कलश तिच्याकडे अगदी शांत बसून एकटक बघत राहिला.

कलशला तिचं ते वारंवार म्हटलेले वाक्य नेहमी आठवायचे. यामुळे कलशच्या बोलण्यात शांत व संयमीपणा आला होता.

"स्मिता, मी तुझं पहिलं प्रेम. तू माझ्यात इतकी का गुंतलीस?"

"खरंच! तुम्ही सुंदर आहात."

"मी सुंदर..., असं मला कोण म्हणेल गं?"

"सुंदर, तसं नाहीये. माणूस रूपाने सुंदर असणे म्हणजे सुंदरता नाही ना! आचार-विचाराचीही सुंदरता असते ना! तीच तुमच्यात आहे. मला हेच आवडतं. त्यामुळेच माझं प्रेम तुम्हाला अर्पण केलं आहे."

"अगं, असं काही नाही. तुझ्याशी माझे संबंध आले. आपण एकमेकांच्या सहवासात राहलोत. म्हणूनच तुला मी आवडतो आहे. या जगाकडे बघितलंस तर अनेक लोक माझ्यापेक्षा तुला चाणाक्ष, हुशार, कार्यगुण संपन्न भेटतील. खरं सांगू का? आपण या बेडकाच्या डबक्यात जगतो आहोत. म्हणून आपण तेवढ्यापुरतेच सीमित आहोत. यातीलच तू आणि मी आहोत असे समज."

"तसं नाही जी. मलाही कितीतरी मुलं मिळालीत. माझ्यावर भाळली सुद्धा. कित्येकांनी जवळ यायचाही प्रयत्न केला, पण काय माहित? मला ते नकोसेच वाटायचे. पण तुम्ही माझ्याजवळ कदापिही येऊ शकत नाही, तुम्हाला मी कधीही प्राप्त करू शकत नाही, हे माहीत असतानाही मी तुमच्यावर मनातून प्रेम करू लागले. तुमच्यात विलीन होत गेले. मला फक्त तुमचं प्रेम नाही मिळालं तरी चालेल पण तुमच्यावर माझं प्रेम हे शेवटपर्यंत असेल. मी तुम्हाला सर्वस्वी मानले. तुम्हीच माझे...." ती बोलताना एकाएकी थांबली. ती लांब श्वास घेत कलशच्या डोळ्यात एकटक बघू लागली.

"मला पती म्हणून स्वीकारलं तर माझ्या पाया नाही पडणार?"

"हं!" ती हसली.

"मला काय ठाऊक आणि आठवलंही नाही. सॉरी हं! उभे व्हा." तिने हाताने कलशला अलगद उभं केलं.

कलशने पायातील शूज काढून बाजूला ठेवलेत. स्मिता त्यांच्या पायाकडे बघतच खाली वाकली. ती त्यांच्या पाया पडली. बराच वेळ कलशच्या पायावर ती तशीच पडून राहिली. तिच्या डोळ्यातील पाझर कलशचे चरण धूत होते. कलशने तिला हात धरून अलगद उभं करीत उठविलं. दोघेही एकमेकांना घट्ट बिलगली होती. दोघांनीही एकाच वेळेस एकमेकांची पप्पी घेतली.

"तू देणार ना मला पप्पी?" कलशने एके दिवशी तिला सहज म्हटलं होतं.

"मी, का नाही? मी सर्वस्वी तुमचीच आहे." तिने हसतच मिश्कील लाजत उत्तर दिलं होतं.

कलशने तिला जवळ घेत आपल्या अंतरंगात सामावून घेतलं. दोघांचीही मने रोमांचित झाली होती. बराच वेळ दोघेही एकमेकात मनाने विलीन होत चर्चा करीत राहिलेत. आपलं मन सर्वस्वी अर्पण करीत मनाने स्वीकारण्याचा हा क्षण, तिच्या जीवनात कलशने दिला होता. हा क्षण, हे प्रेम कधीही तिला मिळू शकणार नव्हते, ते प्रेम आता तिला मिळाले होते.

***

कलशला सारंकाही आठवत होतं. बराच वेळ प्रभातसमयी फिरत तो घराकडे वळला होता. पुन्हा मोबाईल बघितला. मोबाईल अजूनही 'स्वीच ऑफ' येत होता. पुन्हा त्याचं मन निराश तेवढंच विचारांच्या अफाट चक्रात गुंतत गेलं होतं.

घराजवळ पाऊल पडताना पहाटेला उठलेला सोहम त्यांच्याजवळ येत म्हणाला,

"पप्पा, आज तुम्ही फिरायला गेले होते काय जी? मला का नाही सांगितलं. मीही आलो असतो." कलशची नजर ओशाळली होती. त्याने अलगद मोबाईलवर मंद स्वरात वाजत असलेलं गाणं बंद केलं होतं. मुलांनी त्यांच्या हातातील मोबाईल घेतला. तरीपण कलशच्या मनमेंदूत स्मिताच्या आठवणी आणि ते सुंदर गाणं रेंगाळतच राहिलं...

"तेरे नैना मेरे नैनो से, मिठी मिठी बाते करते है

जब नयना बाते करते है, दिल मुलाखाते करते है.

***

3

कलशने ब्रश करून होताच हातपाय धूत सोप्यावर बसत म्युझिक चॅनल ऑन केला.

"घ्या, चहा घ्या." सुमाने कलशला हसतच म्हटलं.

"हं! हो दे..." कलश पत्नीकडे बघत म्हणाला.

कलशच्या मनात समोर असलेली सुमा आणि स्मिताविषयी विचारांचा कल्लोळ माजला होता.

"आज गाणे ऐकण्याचा भारी मूड दिसतोय तुमचा."

"नाही, असं काही नाही."

"असं काही नाही म्हणजे...? कलश सुमाकडे एकटक बघतच राहिला.

"म्हणजे काय म्हणायचं तुला? अगं एखाद्या वेळेस टीव्हीवर गाणे ऐकले तर त्यालाही बंधन काय?"

"नाही, तसं नाही. मी गंमत केली. पण तुम्ही आणि गाण्यात एवढ्या दिवसात कधी रमताना नाही बघितलं. असा अचानक झालेला बदल बघून म्हणाले. राग आला का तुम्हाला?"

"नाही, कशाचा राग. बायको आहेस तू माझी. तुला तेवढा अधिकार आहेच. मग या अधिकाराचा वापर करायलाच हवा." कलशने चहाचा घोट घेत रिमोटने टीव्ही ऑफ केला.

कलशला पत्नीच्या बोलण्याचा राग आला होता.

"मी कुठे तुम्हाला टी.व्ही. बंद करा म्हटले काय? मी एवढ्यात बघते आहे, तुमचं घरातलं लक्ष कमी झालं आहे. अगदी बोलणं सुद्धा मंदावले आहे. काय चुकलं माझं? तुम्ही असे विचारातच गुंतले असता. ऑफिसात

कुणी काही कमीजास्त बोललं का?”

“नाही, तसं काही नाही. मलाच वाटतंय आपण शांत रहावं. अगदी मोजकं बोलावं म्हणून.” बोलता-बोलता चहा संपविला. सुमा कप घेत स्वयंपाक घरात निघून गेली. तिच्याकडे कलश सुचक अपराधी भावनेने बघत राहिला.

कलशने घड्याळाकडे बघितले. आज बँकेत जायला उशीर होणार की काय? त्यांने पटापट आपली तयारी करणं सुरू केलं. आंघोळ करायला तो बाथरूममध्ये गेला.

“अगं सुमा, टॉवेल विसरलाय दे ना जरा.” पलीकडून काहीही सुमाचा आवाज आला नाही.

“अगं आवाज आला का? मी केव्हाचा बाथरूममध्ये वाट बघतोय.”

“हो, आली. तुमचं तर नेहमीचं. असा विसरभोळेपणा, साधा टॉवेल घ्यायचीही आठवण नाही की अनकष्टीपणा. मी स्वयंपाक करू की हे करू, इथे कामे करून नुसता जीव वैतागला या घरात. तुम्हाला काय? करून पहा घरची कामे म्हणजे समजेल. वेळेवर जेवण द्या. आली, आली. हे घ्या..” सुमाच्या रागाचा पट्टा सुरू झाला होता. खरंतर कलश व सुमाचे अरेंज मॅरेज होते. तरीपण कलशला तिच्या स्वभावाचं असं कौतुक वाटण्याऐवजी हृदयातून मन कधी जुळलेच नव्हते. स्त्रीने आपल्या पुरुषावर मनसोक्त प्रेम करावं. नातं समजून घ्यावं. त्याच्या दुःखात, सुखात खंबीरपणे पाठीशी उभे राहत आधार द्यावा. मात्र कलश इतकं जीवापाड प्रेम करूनही त्याच्या मनभावनेला छेद मिळाल्याचाच भास व्हायचा.

कलशला राग आलेला. त्याचं मन बेचैन होतं. पुन्हा त्याने काही बोलावं असंही वाटलं पण तो थांबला. त्याने टॉवेलने अंग पुसत अगदी घाईघाईत कपडे चढविले. बँकेत जाण्याची तो तयारी करू लागलेला.

सुमा घर कामात गुंतलेली. तिच्याकडे त्याने एक नजर घातली.

‘लग्नाला बारा वर्षे उलटूनही आपण अगदी जगायचं म्हणून जगतोय.’ असं त्याला वाटू लागलं होतं.

सुमाने दिलेले जेवणाचे ताट समोर घेत जेवण आटोपलं होतं. टी.व्ही. वर बातम्या बघत त्याने सुमाशी एक शब्दही न बोलता जेवण पूर्ण केले.

घड्याळाकडे बघितलं. जवळपास निघायला दहा मिनिटे उशीर झाला होता. कलश घाईघाईत गाडी काढून ऑफिसला निघाला. सुमाने मात्र त्याकडे काहीएक लक्ष दिलं नाही की प्रेमानेही बघितलं नव्हतं.

कलशच्या मनात अनंत विचाराचे चक्र पुन्हा सुरू झाले होते. खरंतर आयुष्यात पत्नीच्या प्रेमापासून आपण पारखे झाल्याने कदाचित स्मिताच्या प्रेमात गुंतलोय. स्मिता आपल्याला हवीहवीशी वाटते असाच कलशला भास झाला होता.

पुन्हा स्मिताचा चेहरा त्याच्या डोळ्यासमोर तरळू लागलेला. स्मिताशी अनपेक्षितपणे जुळलेले संबंध, तिच्याशी झालेली मैत्री, स्मिताला दिलेला होकार. तिचंही त्यात गुंतलेलं मन, सारंकाही त्याला आठवत होतं.

कलश खाजगी बँकेत लिपिक म्हणून कार्यरत होता. त्याला वीस हजार रुपये पगार मिळायचा. त्याच्या नोकरीला तेरा वर्ष झालेली. अगदी गरीब परिस्थितीतून समोर येत कशीबशी सरकारी नोकरी न मिळाल्याने त्याने ही नोकरी मिळविली होती. कलशच्या उदरनिर्वाहाचा प्रश्न सुटलेला. थोडे उशीराच का असेना त्याचे सुमाशी लग्न जुळले होते. मात्र मानवी मनात आनंद फुलण्यास जीवन हसरं होण्यास ज्या प्रेमाची, आधाराची गरज असते असं काही सुमाकडून त्याला चार-दोन वर्षाव्यतिरिक्त मिळालं नव्हतं. म्हणूनच कदाचित कलशचे मन सुमाच्या प्रेमात कौटुंबिक दृष्ट्या निमित्त मात्र राहिलं होतं. कुटुंबात जीवन जगायचं म्हणून ते जगणं होतं. पुढे आयुष्याची अशी चाळीशीही संपली होती.

'हं खरंतर आपण प्रेमविवाह करायला हवा होता. आपण कधी कुण्या मुलीवर तारुण्यात प्रेम केलं नाही की प्रेम केलं पण ते मिळालं नाही. आपली परिस्थिती याला कारणीभूत होती. पुढे आपण या संसारात अडकलोय. जुळवून आणलेले प्रेम खरंच यात कुठली आली आत्मीयता. होय! ती जीवन जगण्याची तडजोड असते. कसरत असते ती आयुष्याची.' कलशच्या मनात अनंत विचाराचे चक्र सुरु होते.

गाडी पार्क करीत त्याने उशिरा का असेना बँकेत पाय ठेवले. मॅनेजरने त्याकडे एकटक बघितले. कलशचे मन थोडं उशीर झाल्याने

घाबरले होते. साहेब काही म्हणणार तर नाही?

"सो सॉरी सर, आय एम लेट." कलशने मस्टरवर सही करून साहेबाकडे बघत स्मित हसत म्हटलं.

"बरं, बरं! मी काय म्हणतोय, कलश आज त्या कृषी योजनेचे थोडे प्रपोरजल बघून कॅश ट्रांजेक्शन फाईल तेवढी पूर्ण करा."

"ओके सर, पण आज एवढं काम नाही होणार."

"बघा ना! करावं लागेल. खूप काम पेंडिंग आहेत आपल्याकडे. स्टॉपही कमी आहे. आपण डेलीवर्क बोलावलं पण त्यातही अडचणी. अरे! ती स्मिता येत नसल्याने खरंतर खूप काम अडताहेत. आपण तरी काय करणार? बघू पुढे कुठे दुसरे वर्कर्स मिळतात का ते? तोवर बघून घ्या थोडं."

"जी सर, प्रयत्न करतोय." कलशने कॉम्प्युटर सुरू करून कामात मन गुंतवलं होतं.

"स्मिता, होय! स्मिता, आज इथं असती तर! स्मिताला असलेल्या अडचणीमुळे खरंतर तिला या डेलीवर्कर पासून दूर राहावं लागलं होतं. आज कलशचे मन स्मितासाठी हुरहुरत होते. तिला एकदा बघावं, तिच्याशी बोलावं, त्याच्या मनात तीव्र ओढ निर्माण झाली होती.

स्मिता एक पदवीधर युवती, तिला या ग्रामीण बँकेत मानधनावर डेलीवर्क जॉब मिळालं होतं. दोन वर्षांपूर्वी स्मिता घरच्या परिस्थितीला हातभार लावताना एखादा अनुभव घ्यावा, काहीतरी कार्य करावं म्हणून साहेबांच्या ओळखीने येथे येऊ लागली होती. ती चाणाक्ष, तसेच सर्वगुणसंपन्न असल्याने ती लवकरच रुळली होती. खरंतर इथं कार्य करताना कलशशी ओळख व जवळीक निर्माण झाली. मात्र स्मिताचे वडील आजारी असल्याने तिने सात-आठ महिन्यापासून कामाला येणं बंद केलं होतं. आता ती पुढे कामाला येणार की नाही, पुढे तिचे तर लग्नही जुळणार आहे अशाही चर्चा होत्या. मात्र स्मिता या कार्यालयात एखादा वर्ष नियमित आली होती.

कलशला स्मिताचा पुन्हा चेहरा आठवला. त्याने अलगद मोबाईल काढला. स्मिताला फोन लावला. फोन स्विच ऑफ येत होता. कलशचं मन तिच्याशी बोलण्यास आतूर झाले होते. पुन्हा एकदा त्याने पेंडिंग

फाईलमध्ये आपले मन वळविले होते.

कलशच्या मनात स्मिताविषयीची ओढ, घरच्या पत्नीविषयीचा सकाळचा प्रसंग आठवत घालमेल होत होती. कलश कॉम्प्युटरवर भराभरा फाईल टाईप करत होता. विंडोज बदलून काम पूर्णत्वास नेण्याचा प्रयत्न सुरू होता.

त्याच्या समोरील एक खुर्ची, टेबल रिक्त होतं. स्मिता तिथेच बसून वर्क करीत असायची. ग्रामीण बँकेत असं फारसं काम नसायचं. दुपारनंतर तर बरेचदा वेळ मिळायचा. असं एखाद्या वेळेस कामाचा त्रास व्हायचा.

कलशने विंडोज बंद करीत हळूच इमेज गॅलरीतून एक फोटो ओपन केला होता. स्मिताचा हसरा चेहरा, मधाळ डोळे बघून कलशचे मन प्रसन्न झाले होते. कलश पुन:पुन्हा तिचा फोटो बघत राहिला. कलशच्या मनात गाणं सहजच तरळू लागलं.

"कितना हसीन चेहरा... कितनी प्यारी आखे...
कितनी प्यारी आखें है, आखों से झलकता प्यार
कुदरत ने बनाया होगा फुरसत से तुझे मेरे यार!"
***

4

दिवसभर ऑफिसात मन करमतच नव्हतं. आता तर कामाचा व्याप वाढला होता. वारंवार स्मिताची आठवण यायची. तेव्हाच्या काही आठवणी मनात रेंगाळत होत्या.

'स्मिता सोबत असताना फक्त तिच्या परिस्थितीविषयी तेवढी कणव मनात असलेली, पण ती ऑफिसात येत नसताना तिच्याविषयीची अशी निर्माण झालेली ओढ. खरंच! आपण तिच्या प्रेमात असं एकाएकी कसं गुंतलोय. एवढा संयम राखूनही आपण तिच्या प्रेमाचा स्वीकार केला. खरंतर आपलं चुकलं? आपण आपल्या पत्नीशी प्रतारणा करत आहोत. यापेक्षा आपण स्त्री मनाची फसवणूक करतो आहोत.' कलशचे मन पुन्हा अपराधी भावनेने स्वतःलाच बोचत होते.

बरचसं काम आटोपलं होतं. दुपारच्या सुट्टीत घरून आणलेला डबा, भोपळ्याचे पराटे. होय! तिलाही आवडतात. पण आज स्मिता नव्हतीच. पुन्हा ती या ऑफिसात येणारही नव्हती. निराश मनाने कलशने डबा उघडला. चवीने घेतलेला घासही स्मिताच्या आठवणीत गळी उतरत नव्हता.

'कशी असेल ती? कुठे असेल? आपण कितीदा ट्राय करतोय. अद्यापही फोन बंद येतो आहे. काय करावे?' प्रश्नविचार मनात रेंगाळत होते.

स्मिताचा चेहरा डोळ्यासमोर जसाच्या तसा उभा राहिलेला.

"मला ठाऊक आहे. माझ्या नशिबात तुमचे प्रेम नाही तरीपण मी तुमच्यावर जीव लावून बसली आहे. मी कित्येकदा तुमच्या दूर

जाण्याचा, आठवणी न उमाळण्याचा प्रयत्न करतोय, तरीपण मला तुमचा सहवास हवाहवासा वाटतोय. सांगा ना! का हवाहवासा वाटतोय? मला सारखं तुमचं रूप दिसत असतं. तुमच्याशिवाय काहीएक सुचत नाही. मी काय करू?" स्मिताचे वाक्य त्याला जसेच्या तसे आठवत होते.

प्रेमाचा स्वीकार होण्यापूर्वींचा क्षण जसाच्या तसा डोळ्यासमोर तरळत होता.

"खरंतर, एखाद्या शिकाऱ्याने जाळे पसरावे आणि पाखरं अलगद त्यात फसावेत असं तर आपलं नाही ना झालं. मात्र आपण तिच्या प्रेमात मनात नसूनही गुंतलो. इतके की आता हृदयातून तिला वजा करणेही अशक्यच..." कलशचे दुपारचे जेवण आटोपले. स्मिता सारखी नजरेसमोर आणि तिच्या आठवणी...

स्मिताचं असं प्रेमात गुंतणं विपरीतच होतं. स्मिता तरुण होती. रूपाने देखणी गौरवर्णीय, मध्यम बांधा, आकर्षित करणारे मधाळ डोळे, गालावर स्मित उमटणारी खळी आणि एका गालावर काळा तीळ. खरंतर तिच्या रूपाने कुठलाही तरुण नक्कीच मोहवून जाणार. परंतु ती युवती असूनही विवाह झालेल्या कलशवर मोहित होणे नव्हेतर एकतर्फी प्रेम करणं, मनात पूजत राहणं वेगळंच भासत होतं. कदाचित अनेक तरुणांनी तिला मागणी घातली असेल. मात्र ती त्यांच्याकडे न वळता अशी ही विपरीत परिस्थिती असल्याची जाणीव असतानाही कलशच्या प्रेमात धुंद होणारी स्त्री होती.

कलशला याचं नवल वाटत होतं. खरंतर कलश तिच्या प्रेमात सुरुवातीला गुंतलाच नव्हता. एक गुणी, सुशील मुलगी म्हणून ती त्याला नक्कीच आवडत होती. कलशने वर्षभर तिच्यासोबत कार्य करूनही प्रेम नजरेने तिला बघितलंच नव्हतं. पण आताची तिची ओढ त्याला सातत्याने विचलित करणारी स्थिती. कलशचे मन तिच्या प्रेमाने ओतप्रोत भरले होते.

खरंतर तिने दीडएक वर्ष एकतर्फी प्रेम मनात सजवून ठेवलं होतं. सतत कलशच्या प्रेमात मनकोंडी होऊन ती जगत राहिली.

"तू खूप उशीर केलं सांगायला. तुझं मन, तुझ्या भावना मी नाही ओळखू शकलो. तुझ्याशी गप्पा, चर्चा करताना तू भाऊक व्हायचीस.

केव्हातर एकांतात मोबाईलवर राहायची. तेव्हा शंका यायची."

स्मिताचे कुठेतरी मन हरविले असल्याची कलशला अलगद जाणीव व्हायची. पण तिच्या वैयक्तिक बाबतीत लक्ष देणे त्याला आवडणारं नव्हतं की कुठल्या नियमातही बसत नव्हतं. कलशने अनेकदा विचार केला कधीतरी तिच्याशी बोलावं.

"स्मिता तू अशी एकांतात विचार करत असतेस. तुझी तब्येत वगैरे तर बरी नाही ना! की काही समस्या."

"नाही, तसं काही नाही जी. मी बरी आहे." तिचं लाजून त्रोटक उत्तर आलेलं.

"पण मला वाटते तू काहीतरी लपवते आहेस." कलश बोलता-बोलताच हसला होता.

"नाही जी." ती अगदी डोळे लहान करीत चेहऱ्यावरील भाव, दडपण कमी करीत म्हणाली.

कलशला पुन्हा राहावलं नाही. गंमत करीतच म्हटलं.

"कुठं आयुष्याचा जोडीदार तर नाही ना शोधलंस. अरे वा काँग्रॅच्युलेशन...!" कलशच्या प्रश्नाने तर ती हिरमुसली. तिला पुढे काय नि कसं बोलावं हेच कळेना. ती खुर्चीतून उठून सरळ राग आल्यागत बाहेर गेली. कलशला गंमतीचे परिणाम असेही रागात बदलतील असे वाटले नव्हते. कलशला अपराधीपणाची भावना निर्माण झालेली.

कलशने उठत थोडं पाणी पिलं. तिच्याजवळ जात हळूच म्हटलं, "सॉरी, तुझं मन दुखवायचं नव्हतं. तू वेडी आहेस का? आता तुझ्याशी इतके संबंध म्हणून सहज गंमत केली गं. तुला राग येणं स्वाभाविक आहे. खरंच! मी तुझी माफी मागतो. खरेतर तुझ्या वैयक्तिक प्रश्नाची दाखल घेणे माझे कार्य नव्हे. मला जाणीव आहे. खरंतर आपली अशी ही साधी ओळख, नेहमी बोलणं, यामुळेच... पुन्हा स्वारी! कलश अपराधित्व भावनेने ओशाळल्या नजरेने माफी मागत होता.

स्मिताच्या डोळ्यात आसवे आलेली.

"नाही जी, माफी नका मागू. तुमचं काहीही चुकलं नाही. खरंतर तुम्ही समजता असं काही नाही. मी माझ्या कुटुंबातील घटना, परिस्थितीने अशी विचारशून्य होते आणि एकांतात असताना या

मोबाईलमध्ये रमते. नाहीतर मन खायला उठते. घरी बाबाची तब्येत बरी नसते ना!" पाणवलेले डोळे तिने रुमालाने टिपत म्हटलं.

"सो सॉरी हं!" मला काय माहीत तुझ्या घरची परिस्थिती. तू अगदी आमचं मनातून ऐकतेस. पण कधी आपलं घरच्या कौटुंबिक बाबीतलं काहीएक सांगत नाहीस ना! खरंच! तुझा स्वभाव सोसणारा आहे. तसं साहेबाकडून मला कळलं काही प्रमाणात, पण मी एवढा विचारही केला नाही. आता कशी आहे बाबाची तब्येत."

"तसे बरे आहेत. त्यांचा नेहमीचा आजार."

"कसला आजार आहे त्यांना?"

"काही नाही असंच, मेंदूचा विकार... पंधरा-एक वर्षं झाली असतील. आता सारखं औषध खाणं नि राहणं. पुढे बरे होतील काय कुणास ठाऊक? आशा मावळलीय." स्मिताला गलबलून आलं.

"बरं जप त्यांना. होतील गं बरे. तुमच्या प्रयत्नाला येईल यश."

कलशने स्मिताचे मन जाणले होते. पुढे अनेकदा ती आपल्या मनभावना मनातून मांडत जवळचं म्हणून बोलायची.

ऑफिसात दररोज स्मिता यायची. कामे उरकत दोघेही एकमेकांशी बोलायचे. कार्यालयात दोघांची जणू मैत्री जुळली होती. कलश खूप काही नव्या गोष्टी, चर्चा करीत राहायचा. यातच हळूहळू ती आपल्यात गुंतली. असंच कलशला वाटलं.

दुपारपासून बराच वेळ कलश ऑफिसचं काम करता-करता तिला स्मृतीपटलावर आणत होता.

'स्मिताशी जुळलेले नाते आपण जन्मभर निभावणार आहोत काय? खरेतर कसे? किती चूक केली आपण? ती आपणास नको असताना एवढे कसे गुंतल्या गेलोत की आता बाहेर पडणं तर अशक्यच.'

'होय! आपलं प्रेम निस्वार्थी आहे. आपण फक्त मनातून तिची ओढ स्वीकारली आहे आणि तिने सुद्धा... शारीरिक मिलन म्हणजेच प्रेम असतं काय? मुळातच असं वागणं चुकीचं आहे, पण मी हृदयातून तिला आपली सखी मानली आहे. तिनेही मला हृदयातून आपला राजा मानले यातच खूप आहे.'

"तुमच्यावर मी भाळलेली. माझं पहिलं प्रेम आहात तुम्ही. आयुष्यभर आठवणीत राहावं असंच... तुम्ही मला खरंतर मनातून स्वीकारलं. माझं प्रेम स्वीकारलं नसतं तर...!" ती बोलता-बोलताच थांबली.

"होय, माझंही तू शेवटचं प्रेम आहेस. तुझ्या मनाची अवस्था बघून मला राहवलं नाही. खरंतर मी तुझ्यात सहजच गुंतलो. मी चुकतो आहे. पण खरं सांगू का? मी सुद्धा तुला मनातून स्वीकारले आहे. पुढे तू लग्न होऊन सासरी जाशील तेव्हाही निर्मळ मनाने तुझ्या नवऱ्यात माझं रूप बघणार आहेस आणि मीही माझ्या पत्नीत तुझं प्रेम जपत राहणार आहे."

"हो रे माझ्या राजा! मी अखेरपर्यंत तुझीच राहणार." स्मिताला बोलताना हुंदका अनावर झाला.

कलशची पापणी पुन्हा ओलावली. त्याने अलगद अश्रू टिपले.

***

ऑफिस सुटायची ती वेळ. फाईल आवराआवर सुरु झालेली. त्याने घड्याळात पाहिले. पाच मिनिटे उरलेली.

'आज स्मिता सोबत असती तर! पुन्हा नाही येणार ती.' सहज त्याच्या मनात आले.

कलशची बोटे अलगद मोबाईलवर फिरली. त्यांनी चॅट उघडला.

"बाबाची तब्येत अगदी सिरीयस, मी नागपूरला..."

कलशचे मन अगदी मेसेज बघून घाबरल्यागत झाले. काही एक सांगितलं नाही तिने. तीन दिवस संपलेत मोबाईलही बंद आणि आता हा मेसेज. कलशला राहवलं नाही. त्याने नंबर डायल केला. रिंग जात होती.

"हॅलो, हं बोला!"

"कलश बोलतो आहे."

"माहीत आहे ना! सेव्ह आहे नंबर."

"अगं मला वाटलं, कुणीतरी उचलला असेल फोन. असे काय झाले?" तुझा मेसेज वाचला.

"काही नाही, पूर्वीसारखंच. पण आता थोडं जास्तच सिरीयस आहेत बाबा. नागपूरला ऍडमिट केलं. मी तिकडेच चालली."

"बरं! बरं जा. काही मदत लागली तर सांग. मी आहे ना! सांभाळून घे स्वतःला. अगं पण तुझा मोबाईल तीन दिवसापासून स्विच ऑफ. रिचार्ज मारला होता ना! तुला सांगायला कितीदा ट्राय करतोय. माझं मन तुझी कितीदा आठवण करते आहे. सारखी आठवण येते." कलश भराभर तिच्याशी बोलत होता.

"नाही तसं काही नाही. मीच कामात होते, नंतर सांगेन तुम्हाला! जाणून बंद ठेवला होता."

"मी कितीतरी आपल्या मनालाच प्रश्न विचारतोय. काय झालं असेल म्हणून. असं वेड्यासारखं आता वागायचं काय?" कलशचे शब्द ऐकून ती रडू लागली.

"वेडे, रडतेस काय? रडू नकोस. शांत रहा. तू प्रवासात आहेस ना! सारंकाही ठीक होईल. काळवेळ सारखी नसते फक्त. मला कळते तुझी विवंचना म्हणूनच तर मी तुझ्याशी बोलायला आतूर होतो आणि तू..."

"खूप त्रास होत आहे रे! मला धड बोलणंही होत नाही."

"बरं! नको बोलूस. काळजी घे बाबाची नि स्वतःची. वाटल्यास मी येतो हॉस्पिटलला. केव्हाही हाक दे. पण असं फोन बंद नको ठेवू." स्मिताने रडतच फोन ठेवला होता.

कलशचे मन स्मिताच्या आठवणीत तिच्या समस्या जाणताच गलबलून आले होते. पाचएक मिनिट पुन्हा खुर्चीवर बसून तो विचार करतच राहिला.

कार्यालय बंद होण्याची वेळ, त्याला जाणीव झाली. तो आपली बॅग घेत बाहेर आलेला. गाडी स्टार्ट करून घराकडे परतू लागला. डोळ्यासमोर सारखी स्मिता उभी राहत होती.

"किती सहन करते ती."

मनात असेच अनंत विचार. रस्त्याच्या पलीकडील एका दुकानातून गाणं ऐकू येत होतं.

"एक प्यार का नगमा है, मौजो की रवानी है

जिंदगी और कुछ भी नही, तेरी मेरी कहानी है.

***

5

ऑपरेशन झाल्यानंतर बाबा निपचित निजले होते. बाजूलाच बसून स्मिता त्यांच्याकडे एकटक बघत होती. तिचं मन भांबावलेलं होतं. मनात अनेक विचाराचे कवडसे, प्रश्न समोर उभे होते. चार दिवसापासून इथे हॉस्पिटलात राहणं, स्मिता पुरती त्रासून गेलेली. नर्सने आत येत पुन्हा इंजेक्शन दिलं होतं.

"ताई, होतील ना गं बरे!" स्मिताने नर्सला केविलवाने होऊन म्हटलं.

"हं, हो... बरीच सुधारणा आहे. आठ-दहा दिवसात नक्कीच घरी जाल तुम्ही."

"म्हणजे, पुन्हा आठ-दहा दिवस."

"हो ना! असे आजार खूप लांबवर ट्रीटमेंटचे असतात आणि यांचा आजार तर बराच जुना आहे. किती वर्ष झालेत असे आहेत तर!" नर्सने तिला विचारलं.

"जवळपास पंधरा वर्ष." तिने मुसमुसतच सांगितलं.

"हं! बरीच वर्षे झाली तर. या अगोदर नाही का केली ट्रीटमेंट?"

"केली ना! सातत्याने बरेच डॉक्टर बदललेत. वर्षातून एक-दोन वेळ तरी असं ॲडमिट करावं लागतं."

"अगं तसे ते खूप नार्मल पेशंट आहेत. एवढं घाबरायचं काही कारण नाही. पण थोडाफार त्रास सहन करावाच लागेल."

"तो तर करतो आहोतच."

"पुढेही...!"

स्मिता तिच्या उत्तराने पुरती हिरमुसली होती. तिला बाबाचं जीवन आठवू लागलं होतं. अगदी बालवयात असल्यापासून बाबांना असा आजार झाल्याने ते अस्वस्थ असायचे. मात्र पुरेपूर औषध घेऊनही आजार बरा होत नव्हता. वर्षाला एक-दोनदा ॲडमिट करणं सुरूच असायचं. बाबांनी त्यांच्यासाठी खूप कष्ट घेतले होते, पण आता ते आजारामुळे बरेच खालावले होते.

स्मिताचे डोळे वारंवार पानावत होते. नर्स औषध देऊन पलीकडील पेशंटला बघण्यास निघून गेली. स्मिता तिच्याकडे एकटक बघतच राहिली.

स्मिताने मोबाईल काढला. चॅट बॉक्स उघडला. तिचं मन मोबाईल बघावं एवढंही आशावादी नव्हतं.

"मी हॉस्पिटलला भेटायला येतो आहे. काळजी करू नकोस. मी आहे ना!" कलशचा मेसेज बघून तिला बरं वाटलं.

तिने मोबाईलवरून डायलपॅडवर बोटे फिरविली. 'करावं काय फोन?' मनात विचार आलेला. मात्र तिने आपल्या मनाला थांबवलं होतं.

'नको, ते आता घरी असतील. कसं बोलणार त्यांच्याशी?' स्मिताने मोबाईल डीपीवरील त्यांचा फोटो बघितला. ती त्या फोटोकडे निरखून बघतच राहिली.

बाहेर गार वारा सुटल्याने खिडकीतून येणारी गार हवा. ती उठली. खिडकीतून एकटक बाहेर बघू लागली. मोबाईल हातातच होता. दूरवर काळे ढग जमा होऊ लागले होते.

'आपल्याही जीवनात असाच कुठलासा गारवा मिळून होईल का आपल्या जीवनाचं फलित?' तिच्या मनाचे भाव उन्मळून येत होते.

स्मिताचे मन दुःख-वेदनेने अगदी क्षीण झाले होते. यामुळेच की काय तिच्या जीवनाला एक आधाराची, सहवासाची गरज होती. कदाचित यामुळेच ती कलशकडे आशेने बघत असावी. तिच्या मनमेंदूत कलश अगदी खिळून बसला होता. त्यांच्याशिवाय जीवन जगणे अशक्य वाटत होतं.

ती बराच वेळ खिडकीतून समोर बघत राहिली. झाडावर चार-दोन पक्षी हलणारी पाने आणि तिचं हळवं मन. कलशच्या प्रेमाचा पहिला

दिवस तिला आठवत होता.

'व्हॅलेंटाईन डे चा तो दिवस, मी सकाळपासूनच कितीदातरी बेचैन होती. या दिवशी प्रेम व्यक्त केल्या जात म्हणे, पण मी दीड वर्षापासून एकतर्फी कलशवर प्रेम करते आहे. त्याला काहीएक कळलं सुद्धा नाही. कलश अगदी जवळ असूनही मी अशी त्याच्या दूरवर राहते. मला तो खरंच मनातून आवडतो. काय ठाऊक? मी पहिल्या क्षणी त्यांना बघितल्यापासून कलश अंतरंगातच ठसला होता.'

स्मिताने लांब श्वास घेत उसासा घेतला होता. डोळ्यावरील पानावलेली पापणी अलगद पुसली. तिने मागे वळून निजलेल्या बाबाकडे पाहिलं. बाबा शांत झोपले होते. आता ते इंजेक्शन दिल्याने लवकर उठणार नव्हतेच.

'आपण मुलीची जात, रात्रंदिवस बाबाची सेवा करण्यातच व्यस्त आहोत. घरची कामे आणि हा छोटासा जॉब स्वीकारला पण तोही सोडावा लागला. पुढे काय? घरची परिस्थिती अशी बेताचीच. आई, भाऊ आणि आपण... होय! भाऊ आता थोडं फार कमावता झाला म्हणून बरं तरी आहे नाहीतर...!' तिच्या मनात अनंत विचार येत होते.

"हं, तो दिवस... कलशने कुठलासा सुविचार, कार्यक्रमाची बातमी सेंड केली होती. खरंतर मी कलशला केव्हाकेव्हा मेसेजरूपाने तरी भेटेन असा वारंवार विचारत करीत असायची. त्यांनी मला ब्रॉडकास्ट लिस्टमध्ये ठेवल्याने बरेचदा काही मार्मिक महत्त्वाच्या माहितीचे, विचारांचे मेसेज यायचे. माझं जास्त कोणाशीही संबंध नसल्याने फार क्वचित मेसेज असायचे. त्या दिवशी त्यांचा आलेला मेसेज बघून मी तासभर विचार करीतच राहिली. कलशचा चेहरा वारंवार आठवू लागलेला. खरंतर त्याला बघून भेटून महिना उलटला असेल. कसा असेल? माझ्या मनातील राजकुमार. असाच मी विचार करत राहायची.'

'खरं सांगायचं तर, दीड वर्षापासून कलश मला आवडायचा. कोण जाणे, तो जवळ असला की माझा श्वास फुलून यायचा. त्यांचा स्वभाव मला फारच भावलेला. त्यांनी कधीही माझ्याकडे मात्र प्रेम नजरेने बघितलंच नव्हतं. कलशने मला कामाची इंत्यभूत माहिती दिली होती. बरंचसं काही शिकवलं. एवढंच नव्हेतर जीवनाचं तत्त्वज्ञान आणि

जीवनाचे अंकगणितही मी त्यांच्याकडून शिकली होती. त्यांना इतका अनुभव, चांगुलपणा कुठून आला असेल? मी वारंवार विचार करायची.'

"तुम्हाला एवढं कसं माहित आहे जी? कुठून प्राप्त झालं एवढं ज्ञान?"

"अगं मी अवांतर ज्ञानाची पुस्तके वाचलीत. मला वाचनाचे भारी वेड, चांगलं वाईट ओळखण्याची पारख आहे. जे आपल्याला कळतं ते इतरांना सांगावं एवढंच वाटतं. तुझ्या कामात येईल ते आणि तू छान समजून घेतेस म्हणूनच मी सांगतोय."

'कलश कधीकधी गप्प व्हायचा. मी त्यांच्या चेहऱ्याला निरखत राहायची. यातच माझं मन त्यांच्यात गुंतलं होतं. मी अनेकदा त्यांचाच विचार करीत राहायची. वाटायचं जावं आणि म्हणावं, "राजा, तुझ्यावर मी भाळली रे!" पण हिंमतच होत नव्हती. हिंमत तरी कशी होणार. कलशचं लग्न झालं होतं. त्याला मुलगाही होता. खरंतर माझ्या आणि त्याच्या वयातलं अंतरही बरंच होतं. माझं असं वागणं मलाच उमगेना, मात्र माझं मन त्यांच्यात गुंतलं होतं हे नक्की! मी आता त्यांच्याशिवाय कुणाच्याही प्रेमात पडू शकणार नव्हतीच.'

'त्यांचा मेसेज बघून मला राहवेना. मी बराच विचार केला. तो व्हॅलेंटाईन डे चा दिवस, मला राहवलंच नाही. जे होईल ते होईल. असं कुढत जगण्यापेक्षा 'माझं प्रेम आहे तुझ्यावर.' म्हणून एकदा सांगून टाकावं. मला त्यांचं प्रेम नाही मिळालं तरी चालेल, पण मी त्यांच्यावर भाळली हे तर त्यांना कळेल. मोबाईलवर माझी बोटे वारंवार फिरत होती. मी अनेकदा मेसेज टाईप करून डिलीट केला होता. कागद पेन काढून मेसेज लिहून बघितला आणि खाली नाव लिहिलं, 'सौ. स्मिता-कलश,' माझं मन मलाच हसत होतं. होय! मी वेडी झाल्यागत वागत होते. काय लिहावे नि काय लिहू नये? कितीतरी वेळ मनात आनंद विचार उधाणून येत होते.'

"रियली, आय लव यू सो मच." एवढंच लिहून मी मेसेज सेंड केला.

'माझं मन अगदी शांत झालं होतं. मी डोळे मिटले. माझ्या मनातील गुंतागुंतीच्या भावनाचं एका शब्दातील ते उत्तर होतं. कलश काय म्हणेल? कसा वागेल? काय प्रत्युत्तर देईल? मला काहीही तमा नव्हतीच.'

"माझं तुमच्यावर खूप-खूप प्रेम आहे हो!" मला फक्त त्यांना सांगायचं होतं.

'मी बराच वेळ स्तब्ध राहिली. डोळ्यातून पुन्हा पाझर उमलू लागलं. डोळ्यासमोर सारखा कलशचा चेहरा येत राहिला. मात्र काही वेळानेच मन अस्वस्थ झाले होते.'

'होय, आपण चूक तर नाही ना केली! आपण असा मेसेज पाठवायलाच नको होता. आता मेसेज बराच वेळ झाल्यामुळे परत घेणे अशक्यच होतं. माझ्या मनात भीतीयुक्त भाव निर्माण होत होते. मी बराच वेळ वारंवार मोबाईल उघडून बघत होती. मात्र कलश आज कुठल्या कामात होता कोण जाणे, त्याने माझा मेसेज बॉक्स उघडून बघितलाच नव्हता. कलश कुटुंब, ऑफिस आणि वैयक्तिक बऱ्याचशा कामात सातत्याने गुंतला असायचा. नाहीतर कदाचित बाहेरगावी दौऱ्यावर गेले असल्याने त्यांनी मोबाईलकडे दुर्लक्ष केले असेल.'

'तसं पाहता कलश फार कमी मोबाईल वापरायचा. आवश्यक तेवढंच मोजकं फोनवर बोलणं, राहणं, वागणं हा त्यांचा चांगुलपणा मला खूप आवडायचा. कलशचं मन अगदी प्रामाणिक होतं. त्यांना खोटारडेपणाची चीड होती. लावालावी, लोभ, मत्सर तर त्यांच्या मनाच्या कितीतरी दूर होते. त्यांचं अगदी सरळ बोलणं, सरळ वागणं, स्पष्ट वक्तेपणा, मितभाषी गोड बोलणं, वाक्चातुर्य तर मनाला भुरळ घालणारे होते. खरंतर याच गुणांवर मी भाळली होती. एवढ्या दिवसात कितीतरी तरुण मी बघितली. काहींनी माझ्याशी जवळीक आणण्याचाही प्रयत्न केला पण काय कुणास ठाऊक? माझं मन कुणातही गुंतलं नव्हतं. आज वयाच्या बावीसव्या वर्षी माझ्या काही मैत्रिणीचे लग्न झाले आहेत. काहींना मित्रही होते. त्यांचे प्रेमही होते. मात्र मी कुणाच्याही प्रेमात पडली नव्हती. याला कारण घरची परिस्थिती, संघर्ष हे एक होतं. कदाचित या जीवन संघर्षातील व्यस्ततेत मला आधार देणारा, समजून घेणारा एकच चेहरा मिळाला तो म्हणजेच कलश.'

'कलशचं लग्न झालं असल्याने मी खरंतर त्यांच्या प्रेमाला मुकली होती. मला वाटायचं, कधीकधी मी स्वतःला दोष द्यायची.'

"का बरं उशीर केलात मला भेटायला? तुम्ही तुमच्या लग्नापूर्वी भेटले असते तर!"

'पण अशा गोष्टी मनात येऊन तरी काय फायदा? रात्रौला मी फार बेचैन होती. अनेकदा मोबाईल बॉक्स उघडून बघितला. पण कलशचा मोबाईल ऑफलाईनच होता. दिवसभर अनेकदा मनात यायचे. करावं का कॉल? म्हणावे काय त्यांना. "माझं तुमच्यावर प्रेम आहे." सांगून मोकळं व्हावं एकदाचं. किती दिवस झाले. त्यांच्याशी बोलणंही झालं नाही.'

***

'रात्री त्यांच्या आठवणीतच निजली होती. जेवताना मनही ठिकाणावर नव्हतं. डोकं भणभण करू लागलं होतं. घराबाहेर पडून कितीदा तरी आकाशात मी चांदण्या बघितल्या होत्या.'

'होय! कलशला चांदण्या फार आवडायच्या. नव्हेतर तो निसर्गाकडे फार आकर्षित असल्याने कित्येकदा निसर्गप्रतिमावर भरभरून बोलायचा. म्हणूनच मीही आभाळाकडे एकटक बघत राहिली. रात्री खूप उशिराच निजली. तसं मला उशिरापर्यंत जागणं जमत नव्हतं. तरीपण बराच उशीर झाला होता. मी घरात येत बेडवर गेली. लाईट बंद केला. परत मोबाईलकडे लक्ष गेलं. मी पुन्हा चॅटबॉक्स उघडला. बघितलं, रात्रौ बारा पस्तीस झालेले. समोर कलश ऑनलाईन मेसेज बघतोय. माझाही मेसेज त्यांनी उघडून बघितला होता.'

'माझं काळीज धडधडू लागलं. अंगाला घाम फुटू लागला होता. मनात भीती निर्माण झाली होती. आता काय होणार? बराच वेळ झोप येत असूनही कलश काय उत्तर देतो याचीच मी वाट बघत राहिली होती. कलश अनेकदा ऑफलाईन जायचा परत ऑनलाईन यायचा. मात्र त्यांचे उत्तर मिळाले नव्हते.'

'माझं मन हिरमुसलं होतं. कलशला राग तर आला नसेल ना! कदाचित तो आपल्याला रागावेल. काय उत्तर देणार? माझ्या मनात अनंत विचार दाटून आले होते. काही वेळाने मी घट्ट डोळे मिटले होते. मला उशीर झाल्याने नकळत झोप आली. कळलेच नाही. मोबाईल उशाशी तसाच पडून राहिलेला.'

'होय व्हॅलेंटाईन डे च्या दिवशी मी प्रेमाचं मनातील गुपित त्यांच्यासमोर मांडलं होतं. एवढंच मला अभिप्रेत होतं. माझं मन एवढं त्यांच्यात गुंतलं होतं की मी जर त्यांना मेसेज पाठविला नसता तर, कदाचित मी वेडीही झाली असती.'

***

'अलगद बाबांच्या कण्हण्याचा आवाज आल्याने खिडकीतून एकटक आभाळाकडे बघणार मन, कलशच्या आठवणीत गुंतलेलं मन भानावर आलं होतं. मी मागे वळून बघितलं. बाबांना काहीतरी हवं होतं. होय! पाणी मागत असावेत कदाचित. मी त्यांच्या बेडकडे वळली. मात्र कलश अजूनही डोळ्यासमोरच तरळत होता आणि मनात एकच गाणं रुंजन घालत होते. त्याला आवडणारे एकच गाणे...

"रंग भरे बादलसे, तेरे नैनो के काजल से
मैने ईस दिल पे लिख दिया तेरा नाम
ओ मेरी चांदणी, तू मेरी चांदणी...."

***

6

स्मिता पहाटेलाच डोळे चुरचुरत उठली. रात्रौ बराच वेळ कलशच्या विचारात तिचे मन गर्क झाले होते. खरंतर कलश आज तिला भेटायला हॉस्पिटललला येणार असल्याने तिचं मन आनंदाने फुलारून आले होते. आपण कधीकधी कलशला भेटतोय. त्याला केव्हा-केव्हा बघतोय, असंच तिला वाटत होतं.

बाबाची तब्येत बरी होती. चार-आठ दिवसात नक्की सुट्टी होईल. सुधारणा झाल्याने तिचं भांबावलेलं मन थोडं हलकं झालं होतं. यातच कलशचं नातं तिच्याशी घट्ट रुजण्यापेक्षा कलशला तिच्या कुठल्याही मेसेजचा राग न येता त्यांनी तिला मनातून समजावून सांगत, तिच्या या दुःखद क्षणी सावलीसारखा तिच्यासोबत असल्याने, तिला आलेल्या या अनपेक्षित दुःखद भावनेला फुंकर मारता आली होती.

चार दिवसापासून स्मिताने हॉस्पिटलमध्ये आंघोळही केली नव्हती. अगदी उदासवाणी अशीच तिची स्थिती. तिने सकाळलाच आंघोळ करून कलशला आवडेल असाच ड्रेस परिधान केला होता. प्रवास लांबवरचा असल्याने मनात ती अंदाज बांधू लागली. कलशचा सकाळीच मेसेज आला होता.

"प्रवास सुरू, पोहोचतो अकरा वाजेपर्यंत..."

ती मनातून आनंदी होती. वारंवार मोबाईलचे घड्याळ बघत राहिली.

"करावं काय फोन? कुठपर्यंत पोहोचलेत. विचारावं काय?"

तिची बोटे वारंवार मोबाईलवर रेंगाळत होती पण तिने स्वतःलाच सावरलं होतं. नक्कीच कलश फोन करेल आपल्याला. पत्ता विचारेल. हे

तिला ठाऊक होतं.

सकाळचा नाश्ता येताच बाबांनाही भरवीत स्वतःही घेतला होता. कित्येक दिवसापासून तिचं जेवणावर मन नव्हतं. ही कौटुंबिक परिस्थिती, बाबाची आजारावस्था आणि भरकटणारे मन, खरंतर तिचं खाणंपिणं म्हणजेच नुसतं पोट भरण्याचं माध्यम झालं होतं.

"घ्या ना बाबा. बरे वाटते आहे ना तुम्हास! घ्या थोडे, व्हाल लवकरच बरे. मग आपण जाऊया गावाकडे." स्मिताने बाबांना भरवीत म्हटलं.

तिच्या डोळ्यातून एक अश्रूथेंब अलगद घरंगळला होता.

बाबांची नजर तिच्याकडे गेली.

"का रडतेस पोरी? माझ्यामुळे तुला खूप भोगावे लागते. अभागीच आहे मी. ज्या वयात या हातानी तुला सासरी पाठवून कन्यादान करावे, त्या वयात पोरी हा असा होऊन पडलोय."

स्मिताला बाबांच्या त्या भावनिक वाक्याने हुंदका आवरता आला नाही.

"बाबाजी, नका न असे बोलू. सारंकाही होईल नीट." स्मिताने स्वतःला सावरलं होतं.

अलगद ओढणीने अश्रू टिपून स्वतःही उपमा खाल्ला होता. तिला पुन्हा कलशची आठवण झाली. तिने मोबाईलमध्ये घड्याळ बघितलं. दहा वाजत आले आहे. अगदी तासभराचा तरी वेळ बाकी होताच. कलशचा चेहरा तिच्या मनपटलासमोर उभा राहत होता. कलश अगदी तिच्या स्वप्नातील राजकुमार होता. तिचं मन त्यावर भाळलं होतं. स्मिता कलशच्या प्रेमात पूर्णपणे विरघळली होती.

मात्र अद्यापही कलशचा नंतर मेसेज नव्हता की कॉलही नाही. बाबाच्या समोर कसा कॉल करावा असाही तिला प्रश्न पडलेला.

"हं, आपण कॉल करावे, थोडं दूर गॅलरीत उभे राहून बोलावे. कित्येक क्षणापासून त्यांच्याशी बोलण्याची वाट बघतोय आपण." तिचं मन विचारात पुन्हा गुंतलं.

पर्समधून पुन्हा एक छोटं मिरर काढून तिने आपला चेहरा त्यात बघितला. कपाळावर लावलेली चंद्रकोर टिकली. ती स्वतःलाच बघून फुलली होती. या आठ दिवसात तिच्या चेहऱ्यावर उमललेलं पहिलं हसू

होतं. फुलारून आलेलं मन होतं. स्वतःच्या ड्रेसकडे बघितलं. तिला आज आपण छान दिसतो आहोत असाच भास झालेला.

मोबाईल हाती घेत चॅटबॉक्स उघडत पुन्हा मेसेज बघितला.

“थोडं उशीर होईल. गाडी लेट झालीय. रेंज अभावी कॉल लागत नाही.”

स्मिताच्या पूर्णपणे लक्षात आलं होतं. ती त्यांच्या कालची वाट बघत होती.

“अरेच्च्या! खरंच आहे. गाडीत रेंज नसते ना म्हणूनच कॉल आला नाही. एखाद्या स्टेशनवर गाडी येताच मिळेल रेंज. आपण ट्राय करूया.” तिने आपल्या मनाला समजाविले होते.

स्मिताने कॉल डायल केला. मात्र पुरेशा रेंजमध्ये नसल्याने पलीकडून कुठलाही प्रतिसाद नव्हता. ती पुन्हा हिरमुसली. पण कलश येतोय हेच तिचे बलस्थान असल्याने ती पुन्हा मनातून त्याची वाट बघू लागली होती.

सकाळच्या नाश्त्यानंतर बाबांना गोळ्या दिल्या होत्या. बाबांनी गोळ्या घेतल्याने त्यांना आता गुंगी चढली होती. त्यांच्या डोळ्यावर झापड येऊन ते निजले होते. आता तासभर तरी ते उठणार नव्हतेच. स्मिताने दाराबाहेर जात पुन्हा खिडकीतून बघितलं. बाहेर दूरवर येणाऱ्या-जाणाऱ्यांची गर्दी, गाड्यांचा कर्कश आवाज तिच्यापर्यंत लांबवरही पोहोचत होता.

“होय, कलशला आपण गेटवर घ्यायला जाऊया. नाहीतर रूम शोधायला बराच वेळ जाणार. त्या निमित्ताने भेटणेही होईल.” मनात पुन:पुन्हा कलश आणि तिचं मन त्यांच्याशी जुळलेलं.

मोबाईलची रिंग आली. तिने हातातील मोबाईल बघितला. कलशचा कॉल होता. तिचं मन आनंदाने फुलारून आलं होतं. त्वरित तिने काल रिसीव्ह केला. खिडकीजवळ उभं राहून लांबवर बघतच ती बोलली होती. तिचं उर भरून आलं होतं.

“हं बोला ना! केव्हाची वाट बघते आहे.”

“अगं स्मिता, गाडीला सिग्नल नाही इथे. तब्बल एक तास उशीर होणार पुन्हा. तुला केव्हाचा कॉल ट्राय करतो आहे पण इथे ट्रेनचा

प्रॉब्लेम. कसाबसा कॉल लागलाय. सो सॉरी हं!”

“हं, बरं हरकत नाही. पण या... मी वाट बघते आहे.”

“हो येतोय. जरा ऍड्रेस सांग ना! वाॅर्ड, मजला वगैरे...”

“हं, वाॅर्ड नंबर सहा, दुसरा माळा, सोपं आहे अगदी. तुम्ही आले की कळवा. मी मुख्य गेटवर घ्यायलाच येते तुम्हाला.”

“हं तेही बरं होईल. काय म्हणते, कशी आहे तब्येत?”

“बरी आहे. फारच सुधारणा झाली. कदाचित चार दिवसातच मिळेल सुट्टी.” तिने अगदी आनंदीत होऊन कलशला म्हटलं.

“स्मिता, तू जेवण घेतलं का गं?”

“नाही ना! नुकताच नाश्ता घेतला इथे. आता दुपारला डबा येतो. या ना. तोवर आपण मिळूनच जेवण करू. मी वाट पाहते तुमची.”

“अगं तसं नाही. तू तिथे आज नको करूस जेवण. तुला बाहेर येता येईल काय जेवायला? जमेल तर बघ. दोघेही घेऊ बाहेर हॉटेलात जेवण. तुला आवडत असेल तर... नाहीतर...!”

कलश बोलता बोलताच थांबला होता. स्मिता बरेच दिवसापासून हॉस्पिटलमध्येच डबा जेवते आहे. तिचं मन भांबावलं आहे. थोडी बाहेर निघेल तर तिचा मूड बदलेल. छान वाटेल तिला. असं समजून कलशने तिला म्हटलं होतं.

“हो, या काही हरकत नाही. जाऊया आपण. थोडा वेळ मिळतो बाहेर जायला. मी वाट बघते आहे. तुम्हाला पण खूप भूक लागली असेल ना!”

“मला तर खूप भूक लागली. पुन्हा ह्या गाडीला उशीर होतो आहे. जेवणाचा नेहमीचा वेळ झाला. मात्र तुझ्यासोबत आज पहिल्यांदाच जेवण करायला मिळेल याचाही आनंदच आहे मला. बरं येतो आहे. कॉल कटतोय, पुन्हा रेंज बाहेर जातोय मी. गाडीला सिग्नल मिळाला आहे. पोचतो इतक्यातच...”

कलशचा कॉल बोलता-बोलताच, गाडीने वेग घेताच संपर्क तुटला होता.

स्मिताच्या मनात कालपासून त्याच्याशी बोलण्याची ओढ, त्यांचा आवाज ऐकण्याची असलेली ओढ पूर्ण झाली होती. कलश तासभर उशिरा का असेना येणार, त्यांच्याशी खूप गप्पा मारता येणार, तिच्या

मनात वसलेला राजा तिला भेटायला येतो आहे याच आनंदाने ती भारावली होती. तिने पुन्हा खिडकीतून झाडाकडे बघितलं. हलणारी पाने, मंद सुटलेला गारवा आणि सकाळच्या सूर्यतेजाने उजळून आलेली ही रेशमित सकाळ खरंतर तिच्या मनाला सजवणारीच होती. ती एकटक बघत होती. तिला पुन्हा त्या दिवशीचे मेसेज, तो व्हॅलेंटाईन डे चा दिवस आणि कलशचे मनोभाव डोळ्यासमोर तरळत राहिले.

***

व्हॅलेंटाईन डे च्या दिवशी रात्रभर कलशने दिलेल्या मेसेजचे उत्तर काय येतं, याचीच ती वाट बघत निजली होती. सकाळला उशिराच जाग आली. 'खरंतर मेसेज पाठवून मी चूकच केली.' असंच तिला वाटत राहिलं. अंगाला थोडाफार थरकाप सुटला होता.

'एकतर्फी केलेलं हे प्रेम, दीड वर्षापासून कलश मनात गुंतला आहे. त्यांच्या जवळ असतापासून ओळख वाढत गेली होती. आपल्याला न राहावणं झाल्याने आपण मेसेज दिलाय. कदाचित कलशला राग तर आला नसेल ना! काय वाटत असेल त्यांना?' तिच्या मनात राहून-राहून अशा बाबी आठवीत पश्चाताप करीत राहिली.

स्मिता सकाळीच उठली. तिच्या डोळ्यासमोर एकाएक पुन्हा कलशचा चेहरा उभा राहिला. नकळत हात मोबाईलवर गेले. चाटबॉक्स उघडून बघितलं.

"खरंच!" कलशचा रिप्लाय.

पहाटे तीन वाजून पंचेचाळीस मिनिटांनी उशिरा दिलेला.

तिचं मन भांबावलं होतं. आपल्या "लव यू टू मच." या रिप्लायला मिळालेलं त्यांचं प्रत्युत्तर, ती एकटक वारंवार वाचत होती. तिच्या मनात अनेक प्रश्न उभे राहू लागले. कलशने दिलेलं उत्तर तिला कोड्यात घालणार होतं. जणू कलश आपल्याशी गंमतीने प्रत्युत्तर देतोय, असं तिला वाटून गेलं. कलशही ऑफलाइन होता. तिने चारदोनदा पुन:पुन्हा मेसेज वाचला होता. कलशला फोन करून आपण बोलावं, तीव्र ओढ तिला वाटू लागलेली.

'येतील काय ते ऑनलाईन?' तिच्या मनाला प्रश्न पडलेला.

'आता कुठे सहा वाजून वीस मिनिटे होत आहेत. कलश रात्रौ खूप उशिरापर्यंत कामे करीत असतो. त्यांना रात्रौ बराच वेळ जागायची सवय आणि आठ वाजल्याशिवाय तर झोप उघडतच नाही...' तिच्या मनात अनंत विचार.

स्मिताला कलशच्या सवयी माहिती होत्या. तिने अलगद मोबाईल ऑफ करीत हातात ब्रश घेत पेस्ट लावली. आरशासमोर उभी राहत स्वतःलाच निरखू लागली. ब्रश करणे सुरू होते. स्वतःला बघता-बघताच ती स्मित हसली. खरंतर तिला आनंद झाला होता.

'होय, काल व्हॅलेंटाईन डे आपण टाकलेलं पहिलं पाऊल, प्रेमाच्या दिशेने गेलेलं पहिलं पाऊल, आपल्या मनात अंकुरलेलं प्रेम सांगण्याचा तो निश्चित असा दिवस, आपलं मन मोकळं करून गेल्याचा आनंद.' पुन:पुन्हा कलश तिच्यासमोर उभा राहत होता. अगदी दृष्टीच्या पलीकडे. बराच वेळ स्मिता तोंड धूत राहिली.

"स्मिता झालं की नाही? किती वेळ बरं आज! का बरं तुझं आज लक्ष नाही का कामात?" आईने तिला आवाज देताच ती भानावर आली होती.

"हो.. हो. झाले गं. आत्ता ठेवते बघ चहा." ती आईशी बोलत स्वयंपाक खोलीकडे वळली होती.

नित्याचीच ती सवय, उठल्याबरोबर ब्रश करायचं. चहा घ्यायचा. पण आज तिला उठल्यापासून थोडा उशीरच झाला होता. स्मिताची आई आता वार्धक्याकडे गेलेली. बाबाची तब्येतही फारशी बरी राहत नसलेली. एकुलता एक तिच्या पाठचा भाऊ, एक छोट्याशा कंपनीत थोड्याफार मानधनावर काम करून घर सांभाळायचा. खरंतर त्याला पुढे शिकायचं होतं. पण घरच्या परिस्थितीने, वातावरणामुळे त्याला पुढे अभ्यास सुरू ठेवणं कठीण झालं होतं. तरीपण मनात जिद्द ठेवून तो या परिस्थितीशी समरस होत ध्येयाने पुढे जात होता.

स्मिताही बी.ए. होताच स्पर्धा परीक्षेच्या अभ्यासाला लागली होती. ती अभ्यासात हुशार होती. साध्याशा परीक्षा देऊन आपल्याला पुढे एखादी नोकरी मिळेल ही तिला आशा होती. तिने पोलीस भरतीला सामोरे जावे म्हणून सरावही सुरू केला होता. पण यशस्वीत्व मिळाले नव्हते. पुढे ती काही दिवस स्पर्धा अभ्यास केंद्रात अभ्यास करू लागली.

सोबत एक मैत्रीण होती. रूम भाड्याने करून राहणं, जेवण व इतर शैक्षणिक खर्च मात्र तिला कुटुंब परिस्थितीनुरूप परवडेना. तरीपण दोन वर्ष ती तिथे अभ्यासासाठी राहिली.

पुढे कोरोनाने सारंकाही जग थांबलं. ती निराश मनाने गावला परतली. घरची परिस्थिती जेमतेम बेताची असल्याने उत्पन्नाचे स्तोत्रही बंद झालेले. कामकाज नसल्याने पुढे घरची परिस्थिती पुन्हा बिकट झालेली. कसबसं जगणं सुरू होतं. तिच्यासमोर उभे असलेलं ध्येय मात्र आता पुसट होत चाललेलं. पुढे एकदीड वर्ष मात्र असंच जग कोरोनाच्या लाटेत होरपळत होतं. त्या कोरोनाच्या लाटेत तीही होरपळत राहिली. या परिस्थितीच्या खाईत ती स्वतःला शोधत राहिली.

मध्येच बाबाची पुन्हा तब्येत बिघडलेली. कसंबसं सावरता आले होते. पुढे पुन्हा क्लासेसला जाऊन अभ्यास करावा तर आता आर्थिक खर्च परवडेनासा झालेला. तिच्या मनात काळाकभिन्न अंधार दाटून येऊ लागलेला.

"आता पुढे काय करावे?" प्रश्नचिन्ह. काहीही मार्ग दिसत नव्हता. पोलीस, बँक व इतर क्षेत्रातील परीक्षा द्यावी, पण आता घरीच अभ्यास करून परीक्षा द्यायच्या. तिने निर्णय घेतला होता आणि घरच्या परिस्थितीला हातभार लावत तिने ओळखीद्वारा एका ग्रामीण बँकेत पार्टटाइम अनुभव मिळण्यास्तव तो जॉब स्वीकारला. तसं पाहता मॅनेजर ओळखीचे असल्याने तिला तो जॉब सहजच मिळाला होता. तिला ते गरजेपुरते मानधनही देणार होते.

स्मिता बँकेत अनुभव घेण्यास जाऊ लागली. थोडीफार आर्थिक गरजही पूर्ण होत होती. आई-बाबाकडेही लक्ष ठेवणं सोपं झालं होतं. मात्र 'आपण आपल्या ध्येयाच्या मागे पळत आहोत, दूरवर जात आहोत,' हे तिला बोचत होतं. तिचं मन खूप निराशवादी होऊ लागलेलं.

कार्यालयातील तो पहिला दिवस. ती अगदी दबकतच इथे आलेली. सगळं काही नवनवं भासत होतं. स्मिताचा लाजराबुजरा कमी बोलणारा स्वभाव, ती कामावर रुजू झाली होती. मॅनेजरने तिला साधेसोपे काम दिले होते. ती त्यात मन लावून काम उरकत बसली होती.

एवढ्यातच उशीर झालेला एक कर्मचारी तिथे येत साहेबांशी भेटून स्वाक्षरीपटावर स्वाक्षरी करीत आपल्या टेबलवर येऊन बसलेला. त्यांनी आपली फाईल काढत कॉम्प्युटर ऑन केला होता. तेव्हाच बाजूच्या टेबलवर बसलेल्या स्मिताचं त्यांच्याकडे लक्ष गेलं. होय, कलशशी ही पहिलीच डोळाभर भेट. ती त्यांच्याकडे बघतच राहिली. कलशला बघताच तिच्या मनाला जणू एक आर्त हाक मिळाली होती. कुठलाही परिचय नसताना पहिल्याच क्षणी मनमंदूत रेंगाळणारा कलश, तिच्या जीवनातील तो पहिलाच पुरुष होता.

'होय, हे असं काय होतं?' तिलाच न कळणारे कोडे होते. मात्र कलश तिच्या मनात भरला होता.

काही वेळाने सर्व कर्मचाऱ्यांचा परिचय तिला साहेबाकडून देण्यात आलेला. तेव्हाच त्यांच्याशी पहिले बोलणे, कलशने तिच्याकडे बघून नमस्कार करत गोड आवाजाने जुजबी माहिती विचारली. नंतर कलश आपल्या कामात गडून गेला होता.

पुढे स्मिता एक वर्षाहून अधिक काळ नेहमी तिथे जॉब करिता येत राहिली. या काळातच कलशशी बोलणं, राहणं, गप्पा, चर्चा व्हायच्या. त्यांचा स्वभाव तिला प्रिय होऊ लागलेला. स्मिता पुन:पुन्हा त्यांच्यात गुंतत गेली. मात्र पुढे ती कलशच्या आठवणीत मनकोंडी होऊन राहू लागली.

"राजा, मी तुझ्या प्रेमात गुंतले रे! तुझ्यावर माझा जीव जडलाय रे!" कलशशी कसं बोलावं? आणि कसं म्हणावं? मात्र हे सारंकाही तिच्या मनातच विरगळत होतं. कारण कलशचे लग्न होऊन त्याला बाळही होतं. स्मिताच्या डोळ्यात कलशची ओढ, त्यांचीच वारंवार दिसणारी प्रतिमा, त्यांचे गुणकौशल्य, त्याचं मनमोहक बोलणं, कामे सांभाळताना अगदी प्रेमाने समजावून देणे, यामुळेच स्मिताचं मन त्यांच्यात गुंतण्यास पुरेसं होतं.

इथूनच सुरू झालेला एकतर्फी प्रेमाचा प्रवास. व्हॅलेंटाईन डे पर्यंत पोहोचला होता. ती पुन्हा "खरंच!" असा आलेला रिप्लाय वारंवार बघत विचारात गडली होती.

***

"आता बरं वाटते आहे ना तुम्हास!" तिने बाबांना चहा देत म्हटलं. ती त्यांच्याकडे बघतच राहिली.

ती एकटक खिडकीतून बघत होती. चिमण्यांची घरट्यातील झाडावरील चिवचिव, बाहेर धावणाऱ्या गाड्यांचा आवाज आणि मनपटलावर येणाऱ्या कलशच्या जुन्या आठवणी. त्यांच्याशी जुळलेलं नातं, सारंकाही तिच्या मनपटलावर येत होतं. स्मिताच्या मोबाईलची रिंगटोन वाजताच ती भानावर आली.

"हं बोला ना!"

"अगं स्मिता, मी पोहोचलोय. हॉस्पिटलच्या गेटवर पाच मिनिटात येतो आहे. तू येणार का गेटवर घ्यायला?" स्मिताचं मन आनंदलं होतं. ती तासभरापासून मनात अनेक आठवणीचा उमाळा दाटून येत कशी गुंतली हे तिलाच कळलंच नव्हतं.

"होय, मी येते आहे. तिथेच गेटवर थांबा. पाच मिनिटात येते हं! मी बाबांना कळवते नि येते."

पलीकडून कॉल बंद झाला होता. स्मिताने मोबाईल पर्समध्ये ठेवत बाबाच्या खोलीत जात त्यांच्याकडे बघितलं. बाबा अद्यापही औषधाच्या गुंगीत निजले होते.

"बाबा..."

स्मिताचा आवाज ऐकत जागे होत तिच्याकडे बघू लागले.

"बाबा आमच्या बँकेतील कलश सर आलेत तुम्हाला भेटायला. त्यांना घ्यायला मी गेटपर्यंत जाते आहे. तोवर..."

"हो ये...!"

ती बाबांना सांगून वरच्या माळ्यावरून भराभर पाऊले टाकत उतरत होती.

'समोर गेटवर कलश आपली वाट बघत असेल. आपला कलश आपल्याला भेटायला आला आहे. त्यांना कितीतरी दिवसांनी डोळे भरून बघता येईल.' तिचे मन मनातच विचारांचे कवडसे निर्माण करीत होते.

ती गेटवर पोहोचली. कॉल केला. समोर कलश उभा होता. तिचे मन अगदी त्याकडे बघताना भरून आले. तिचं मन कलशला निरखत राहिलं. स्मिताने अनपेक्षितपणे समोर येत त्यांचा हात हातात घेत घट्ट मिठी

मारली होती.

आणि दोघांच्याही मनात एकच गाणे रुंजन घालत राहिले.

"तुमसे मिलकर ना जाने क्यूं, और भी कुछ याद आता है!

आज का अपना, प्यार नही है, जन्मों का यह नाता है!

***

7

बाबाला बघायला जाण्याअगोदर दोघेही गेटजवळ एकमेकांना निरखत होते. कलशने स्मिताचा हात हातात घेतला. स्मिता त्याच्याकडे एकटक बघत राहिली. अगदी मनातून तिला कलशचं प्रेम मिळालं होतं. कलशनेही तिच्या प्रेमाचा स्वीकार केला होता.

"कशाला आलेत जी? इतका त्रास का सहन करताहात माझ्यासाठी?"

"अगं, तुला मनातून स्वीकारले तर तुझी ओढ असणारच ना! तुझं कुटुंब आज एवढ्या अडचणीत असताना तुझ्या पाठीशी सावलीसारखं उभं राहायला नको का?"

स्मिताचे डोळे पाणावले होते. तिला अगदी मनातून आपण कलशवर प्रेम केल्याचे, त्यासाठी झुरत असल्याचे, माणसाची निवड व पारख योग्य केल्याचे सार्थक झाल्यासारखे वाटले.

"अगं बोल ना! नुसतं बघतच राहणार काय? चल जाऊया बाबाकडे."

"हं...! नाही ना, थांबा थोडं. मग तिकडे गेलं की मला तुमच्याशी बोलायला मिळेल का?"

"येडाबाई आहेस नक्कीच. अगं, तुझ्यापेक्षा मी तुझ्या बाबाला भेटायला, बघायला आलो आहे. सांग काही अडचण असेल तर आपण निभावून घेऊ. तू घाबरू नकोस मी आहे ना!" कलशच्या बोलण्याने तिला हिंमत आली होती.

"माय लव्ह स्वीट हार्ट. मी तुमच्याशिवाय आता जगूच शकत नाही माझ्या राजा,"

स्मिताने पुन्हा घट्ट मिठी मारली. तिचा हुंदका दाटून आला होता. कलशने तिला कसंबसं समजावलं.

"अगं रडू नकोस आता. झालं ना तुझ्या मनासारखं. मी तुझ्या प्रेमाला होकार दिला ना! मी तुला आपली स्वामिनी मानलं ना! आता कशाला रडतेस? पण मी दिलेल्या नियम अटींवरच आपलं प्रेम सुरू असेल. कळलं ना!"

"होय, मला मान्य आहे."

"चल आता... मग बोलूया एकांतात. अगोदर वॉर्डीत चल. हे घे. धर हातात."

"काय आणलं? हे कशाला?"

"बाबासाठी फळं, ब्रेड वगैरे..."

"पण काय गरज होती?"

"अगं, वेडी का तू? रीत आहे ही. हॉस्पिटलला जाताना काहीतरी आजारी माणसाला न्यावं. यामुळे मनोबल वाढतं."

"बरं द्या. पण माझ्यासाठी..."

"हो, तुझ्यासाठी पण आहे. आणखी काय हवंय ते सांग?"

"नको, मला काहीच नको. फक्त तू हवास माझ्या राजा आणि..."

"आणि काय ते तर सांग पुढे?"

स्मिता लाजली होती.

"कसा रे वेड्या? काय हवंय मला? तुला स्त्रीचं मन कळायला नको काय?"

"अगं कळते ना! पण मी अंतर्यामी आहे काय? मला तुझ्या मनात काय चाललंय ते अगदी बरोबर ओळखायला."

"मी नाही जा... मला काहीही नको. फक्त तुझी पप्पी तेवढी."

कलश तिच्या लाजऱ्याबुजऱ्या चेहऱ्याकडे बघून स्मित हसला होता. तिचा हात थोडासा बाजूला सारत दोघेही अगदी मंद पावलाने वॉर्डाकडे बाबांना भेटायला निघाले होते.

खरंतर कलशने प्रेम स्वीकारल्यानंतरची दवाखान्यातील ही पहिलीच प्रेम भेट होती. त्यामुळे स्मिताला अधिकची ओढ असणं स्वाभाविक होतं. तेवढंच कलशचं सांशक बेचैन मन प्रेम

स्वीकारल्यापासून तिला आनंदी बघू लागलं होतं. कलशचं मन स्मिताच्या प्रेमात गुंतल्याने स्मिताच्या ओढीने तो भेटायला आतुर होत आलेला होता.

कित्येक दिवसांनी तो अशा मेडिकलमध्ये आल्याने हॉस्पिटलातील औषधाचा कुबट वास, फिनाईल, टींचर आयोडीन, मेडिसिन आणि गचागच हॉस्पिटलात भरले असलेले पेशंट संबंधीची गर्दी, कलशला थोडी किळस वाटली.

'मात्र स्मिता आठ-दहा दिवसापासून इथे राहते आहे. बाबांची सेवा करते आहे. जेवण-खावण, आंघोळ अशा सुविधापासून कधीकधी टाळल्या जाणं. कशी राहते ती?' कलशच्या मनात आलं होतं.

"कशी राहतेस गं इथं? सहन होते हे वातावरण?"

"काय सांगू राजा? कुठे सहन होते. पण आता मला पर्याय काय सांग ना? बाबांसाठी तर अशी कित्येक दिवस मी मेडिकलमध्ये आजतागायत काढलेत. पुढेही कदाचित... अरे! माझं नशीबच." ती रडवेली झाली होती.

"अगं सावर स्वतःला. मला कळते सारं काही. मी जाणून-बुजून म्हणालो. यात फार काय एवढं? राहावेच लागेल ना! पण तू किती गुणी मुलगी आहेस. आज एवढ्या हिंमतीने स्वतःच्या पावलावर उभे राहून जीवनाशी संघर्ष करीत झुंजते आहेस. याचमुळे मला तुझा हेवा वाटतो गं. याचमुळे मी तुला होकार दिला. तुझ्या वाटेला कुठलं दुःख यापुढे येऊ नये म्हणूनच मी होकार दिला. अगं, आता तुझी सर्वस्वी जबाबदारी माझी आहे. मी असणार तुझ्या सर्व सहकार्याला आणि तुझ्या पुढल्या भविष्यातील दिवसांनाही आधार देणार..."

स्मिता पायऱ्यावरून डाव्या बाजूला वळत वार्डाकडे चालत होती. कलशही बोलत-बोलत तिच्या सोबत जात होता.

"नाही ना रे! मला तूच हवा आहेस."

"अगं हो, पण मला ते कसं शक्य असेल. तुझ्या माझ्या वयातील अंतर आणि माझं लग्न झालं असल्याने, मुलगा असल्याने मी नाही प्रतारणा करू शकत कुटुंबाची. मी तुला अगोदरच सांगितलं आहे. फक्त मी तुझ्यावर मनापासून प्रेम करणार, देणार. अगदी निस्वार्थी प्रेम करणार. पुढे चालून तुझं लग्न जुळेल, तुला छानसा मुलगा बघून तुला

संसार उभारायचा आहे. हे आपण ठरविले आहे ना! तुला आठवते ना!

"हो पण, माझे मन तुझ्याप्रति एवढं आकर्षित झालंय. खरंच पुढे मी समाधानी राहू शकेन काय रे?"

"का नाही? अगं माझं रूप त्या तिथे बघायचं. रमायचं. अगदी मनातून पुढे तू संसार करायचा. नाही म्हणू नकोस नाहीतर... मीच पुन्हा तुला सोडून..."

"नको ना रे असं बोलू! खरंतर मला काहीएक सुचत नाही म्हणून मी अशी वेड्यासारखी वागते आहे. तू म्हणशील तसे. तोपर्यंत तरी तू माझा राजा आहेस."

"आणि तू माझी राणी..." कलश तिच्या नाकावर टिचकी मारीत हसला होता.

दोघांचेही मन फुलारून आले होते. वार्डाच्या गेटवर दोघेही पोहोचलेत.

"हं, इकडे या." तिच्या बोलण्याकडे बघत कलश तिच्या मागे निघाला.

"हं, हीच रूम आहे."

"हो का? अगं खूप छान रूम आहे. अगदी स्वच्छ आहे हा वार्ड आणि प्रत्येक पेशंटला ही सेपरेट रूम. मला वाटलं जनरल बेड असतील इथे."

"नाही, त्यांनीच दिली ही सिंगल रूम, म्हणून मला अगदी इथे छान करमते सुद्धा आणि आता तुम्ही असल्याने किती फ्रेश वाटते आहे. ही खिडकी, ती हिरवीगार झाडं, इथून दिसणारे पक्षी, दूरवरचा तो रस्ता, गाड्यांच्या आवाजाची तेवढी कुजबूज थोडीफार जाणवते आणि मी तुमच्याच आठवणीत इथे तासनतास..." पुन्हा स्मिताचे डोळे भरून आले होते. दोघेही रूममध्ये पोहोचले. बाबा बेडवर निजले होते.

"बाबा उठा ना! कोण आले बघा. आमचे कलश सर. तुम्हाला भेटायला आलेत." स्मिताच्या आवाजाने बाबांनी डोळे उघडले. ते उठून बसले.

"आता कशी आहे तब्येत?"

"बरं वाटतंय, होईल चार दिवसात आराम."

"जपा हं स्वतःला. नका, उठू नका. आराम करा. इकडे छोटेसे कामही आले होते. स्मिताने कळवलं म्हणून आलो तुम्हाला भेटायला."

"छान झालं जी."

"हे घ्या. थोडे फळ खाऊन घ्या. दे गं त्यांना." कलशने स्मिताला फळ द्यायची सूचना केली.

"असू द्या, थोड्या वेळाने घेतील. नुकतेच जेवण करून औषध घेतले आहे. करू द्या त्यांना आराम." स्मिताने कलशला म्हटलं.

कलश बाबाला हिंमत देत बराच वेळ चर्चा करत राहिला. स्मिताचं मन आनंदाने फुलारून आलं होतं. तिने चाकूने एक अॅप्पल कापून त्यांना खायला दिला.

"अगं मला कशाला?" तुमच्यासाठी आणले ते."

"होय ठावूक आहे ना! तरीपण आपण मिळून घेऊया सगळेच." स्मिता हसली.

कलश तिच्या चेहऱ्याकडे बघतच राहिला. कलशने तिच्या प्रेमाचा स्वीकार केल्यानंतरची ही भेट खरेतर तिच्या स्मरणात राहणारी होती. नव्हेतर अगदी हृदयाला कवटाळून घेणारी अशीच भेट होती. अॅप्पल जितका गोड वाटत होता तितकेच दोघांचेही प्रेम म्हणून गोड झाले होते. अखेर प्रेमात झालेलं हे रूपांतर अगदी गोड ठरलं होतं.

स्मिता आणि कलश बराच वेळ बाबाशी बोलून दोघेही बाहेर खिडकीजवळ आले. उंच-उंच झाडावर चिवचिवणारे पक्षी, चिमणा-चिमणी बघून ती खुदकन हसली होती.

"हं, का हसलीस गं?"

"बघा ना तिकडे. ते चिमणा-चिमणी. आपल्यासारखंच..."

कलशही तिच्या त्या मोहक लोभस बोलण्याला नि तिच्या सोनमयी रूपाला बराच वेळ निरखत राहिला होता.

"स्मिता, भूक लागली ना! जेवण नाही का करायचं?"

"हं, मी तरी किती वेडी आहे. खरं सांगू का राजे, मी इतकी तुमच्यात वीरगळली की मला भूकेची जाणीवच झाली नाही. सो सॉरी हं माझ्या राजा. चला जाऊया... मी बाबांना सांगते मग निघू. ओके."

"चल तर मग." स्मिता बाबांना कळवून दोघेही हॉस्पिटलजवळ हॉटेल शोधू लागले होते. मात्र परिसरात एकही मांसाहारी हॉटेल दिसले नाही. अखेर चौकशी करताच त्यांना कळलं की बरेच लांबवर जावे लागेल आणि हॉस्पिटलमध्ये तर लवकर पोहोचणं आवश्यक होतं.

"असू द्या ना जी. आपण साधं जेवण घेऊ."

"बरं बाबा... साधं तर साधं." दोघेही हॉटेलात बसली. वेटरला जेवणाची ऑर्डर दिली.

स्मितालाही खूप भूक लागली होती. तेवढंच आज पहिल्यांदा कलशसोबत बसून जेवण करायला मिळणार, त्यांच्याशी मनसोक्त गप्पा करीत जेवायला मिळणार म्हणून आनंदाने फुलली होती.

"तुला जेवणात जास्त प्रमाणात काय आवडते गं?"

"खरं सांगू काय? मला मटण आवडतं."

आज आपण हिच्या आवडीचे जेवण तिला हॉटेलला येऊनही देऊ शकलो नाही म्हणून कलशला थोडं हिरमुसल्यागत झालं होतं.

"सॉरी स्मिता, अगं तुझी आवड नव्हती मला ठाऊक आणि आज... खरंतर माझं चुकलंच..."

"नाही रे राजा! तू अगदी प्रेमाने मला जेवण दिलं, हाच आनंद माझ्यासाठी खूप मोठा आहे. पुढे जेऊ या केव्हातरी." ती हसतच म्हणाली.

"आणि मी तुला घास भरवणार..." दोघेही एकमेकांना जेवण करताना निरखत राहिली होती.

त्याच हॉटेलात सुमधुर गीत तेवढं त्यांच्या प्रेमाला बहरवीत होतं.

"तेरा साथ है तो, मुझे क्या कमी है,

अंधेरोसे भी मिल रही रोशनी है."

***

8

कलश हॉस्पिटलच्या पायरीवरून उतरत मागे न बघताच पटापट पावले टाकत निघून गेला. स्मिता त्याकडे एकटक बघतच राहिली. मात्र कलशने एकदापण मागे वळून बघितले नाही, याचंच तिला नवल वाटलं होतं.

स्मिताचे डोळे भरून आले होते. त्याला निरोप देताना ती स्वतःला सावरू शकत नव्हती. कलशच्या लक्षात आलेलं. कसाबसा त्याने तिचा हात हातात घेत निरोप घेतला आणि पटापट पायऱ्या उतरत आपल्याही डोळ्यात अश्रू ओघळणार ही स्थिती न दाखवता तो निघून गेला होता.

स्मिता बराच वेळ त्याच्या पाठमोऱ्या आकृतीकडे बघत राहिली. तिची पावले जड वाटू लागली. अंगात कुठलंही त्राण उरलं नाही. ती कशीबशी अगदी हळव्या मनाने पुन्हा त्या हॉस्पिटलच्या खिडकीतून दूरवरील दिसणारा तो गेट, मुख्य रस्ता बघत गाड्यांचा कर्कश आवाज एकटक ऐकत राहिली.

कलशच्या जाण्याने मनाला आलेला विरह तिला फार बोचत होता. अंतरंगातून त्याला आपलं मानलं. अगदी परिस्थिती विरुद्ध तिने स्वीकारलेली ती भूमिका होती. तिचं मन कलशच्या प्रेमात अगदी काट्यागत रुतलं होतं. काटे रुतले की वेदना देतात, तीही या प्रेमपातळीवर अनंत वेदना सोसणार होती. हे तिला ठाऊक होतं.

तिला पुन्हा कलशनी स्वीकारलेल्या प्रेमाची ती गोष्ट आठवू लागली. ती एकटक त्या वृक्षावरील पक्ष्याकडे त्यांच्या चिवचिवटाकडे बघतच राहिली.

***

होय, त्या दिवशी कलशने पाठवलेला "खरंच" हा मेसेज. तिच्या प्रेमाला कलश सकारात्मकतेने घेतोय की उपहासात्मकतेने विचारतोय? असाच प्रश्न पडला होता. ती पुरती गोंधळून गेली होती.

'कसं सांगावं? कसं बोलावं? यांना माझे मन कळत नाही का? इतके दिवस मी यांच्या प्रेमासाठी झुरते आहे. कसे रे कळत नाही राजा तुला?" अनंत प्रश्न तिच्या मेंदूवर आदळत होते.

कलशचा मेसेज ती शेकडोदा बघत व्हॉट्सअपवरील डीपी, फोटो वारंवार न्याहाळत बसली. मात्र पुढे त्यांचा कुठलाही मेसेज आला नव्हता. खरंतर दिवसही उलटला पण कलशचा फोन की त्यांचा पुढला मेसेज...

मनात आतुरता वाढत चाललेली. मोबाईलवर वारंवार बोटे फिरायची. 'कॉल करावं आणि सांगून मोकळ व्हावं काय?' वारंवार तिच्या मनात यायचं. मात्र फार-फार मनाला आवरणं होतं. इतकं मनावर आवर घालणं खरंतर कठीण भासत होतं. कलशच्या सोबत घालवलेल्या दिवसातील अनंत आठवणी, त्यासाठीचं झुरणं मनालाच उमगत नव्हतं. कलश जवळ असला काय की ती घरी असली काय? त्याचा प्रेमगंध हृदयातून उन्मळून यायचा. तिला वाटायचे, 'तो आपला श्वास झाला आहे. त्याशिवाय जगणं असह्य व्हायचं. काय ठाऊक? कोणास ठाऊक? ही ओढ त्याप्रति जीव लावणं, कसं मनाला आवरावं..?'

'होय, २४ वर्ष सरली. कधीही कोण्या पुरुषाचा मोह मनाला हुरळवून गेला नाही. कधीही कुणावर प्रेम करावं असं मनाला वाटलं नाही. इतर मैत्रिणी त्यांचं जगणं आठवायचं, त्यांची इतरांशी असलेली मैत्री बघून मी कित्येकदा झुरायची सुद्धा, पण मला मात्र असं प्रेम आकर्षण कधी निर्माण झालंच नाही.'

'अकादमीत बाहेरगावी शिकताना स्पर्धा परीक्षेत यश मिळावे म्हणून खूप जिद्दीने सराव अभ्यास सुरू होता. मनासमोर ध्येय उभं होतं. आई-बाबाच्या स्वप्नाला पूर्णत्व द्यायचं, स्वपायावर उभं होण्यास बळ दाखवणारा तो क्षण होता.

"स्मिता बोलू काय?" अकादमीत सुरजने मला एके दिवशी अलगद विचारलं.

"बोल ना!"

"तुझ्याशी महत्त्वाचं बोलायचं आहे."

"असं काय महत्त्वाचं? सांग ना! मला जायला उशीर होतो."

स्मिता अकादमीच्या बाहेर गेली असताना मार्केटमधून येताना सुरजने मला जवळ येत म्हटलं. सोबत भारती ही मैत्रीण होती. ती सुद्धा त्याचा चेहरा बघून हसून लाजली. मी सुरजकडे पहिल्यांदाच पूर्ण नजरेने बघितली होती. त्याचं मन घाबरल्यासारखं तेवढंच आतूर होतं. तो दोन मिनिटे शांत राहिला. मी त्याला निरखत राहिली.

"सुरज, अरे तुला काहीतरी सांगायचे आहे ना! बोल."

तो ओशाळशला होता.

"हं, नको, राहू दे. तुला राग येईल."

"अरे, कसला राग? सांगून मोकळ व्हायचं. मन हलकं होतं. सांग ना!"

"स्मिता, तू मला आवडतेस." एका दमातच त्याने मला म्हटलं.

'मला तर धक्काच बसला. मी त्याकडे एकटक नजरेने कधीपण बघितलं नव्हतं. त्याचा चेहरा बघून तर मला त्याविषयी कणव आली. मी अगदी त्याकडे बघत गप्प राहिली आणि काही उत्तर द्यायच्या आत भारतीसह मी उदास मनाने अकादमीत परतले. तो पण अकादमी प्रवेशित होता. आमचं मुलां-मुलींचं राहणं वेगवेगळ्या ठिकाणी असल्याने फक्त सराव, अभ्यासात आम्ही दिवसभर एकत्र यायचो. तो अनेकदा मला न्याहाळत असायचा. त्याचं कारण आता मला उमगलं होतं.'

भारतीचे सुद्धा एका शुभम नावाच्या मुलावर प्रेम होते. ती त्याच्यात खूपच रमली होती. ती वारंवार त्याच्या गोष्टी करायची. तेव्हा माझं मन ह्या प्रेमभावना काय नि कशा असतात? ओढ ही कशी असते? यावर मी विचार करीत राहायची.'

'सुरज बघायला खूप सुंदर होता. घरची परिस्थिती बरी होती. असंही कळलं होतं, पण मी त्याबाबत कधी माहिती काढण्याचा प्रयत्न केला

नाही.'

'त्याने मला त्या क्षणी जणू प्रेम मागणी घातली होती. होय, मी त्या रात्री रात्रभर निजलीच नाही. त्याचं भेटणं, ते बोललेलं वाक्य, अकादमीत आजवर सर्वांशी सोबत राहताना त्याला जेव्हा-जेव्हा समोर बघितलं त्या आठवणी रेंगाळत होत्या. 'मात्र काय उत्तर द्यावं?' मी रात्रभर विचार करीत होती.

"हं, तुझ्यावर लट्टू झालाय सुरज. मजा आहे तुझी." भारती रस्त्याने परत येताना हसत म्हणाली.

मी तिच्याकडे अगदी नाराजीत बघितलं होतं. मात्र मला सुरजमध्ये कुठलंही प्रेम पातळीवरील आकर्षण की मनाला तसं काहीच वाटलं नाही. त्या दिवसानंतर दररोज मी त्याला निरखायची. मी वारंवार त्याचा प्रेमप्रश्न घेऊन त्याकडे बघायची. वर्गात अभ्यास करताना तो माझ्याकडे बघायचा. नकळत मीही त्याकडे बघायचे. नजरानजर व्हायची. पण काय ठाऊक? त्याप्रति मला प्रेम आकर्षण आलंच नाही. कदाचित त्यालाही याचं नवल वाटत असावं. माहित नाही, पण मी पुढे त्याच्याशी एखादा शब्द बोलली असेल. त्यालाही माझ्याप्रति खूप आतुरता असेलही, तरीपण पुढे माझा न मिळणारा प्रतिसाद बघून तो हिरमुसत दूरवर राहिला होता.'

'एके दिवशी तो झाडाखाली नळावर पाणी पीत असताना मी त्याच्याजवळ गेली. त्याचं मन माझ्याप्रति किती आतुर होतं, याची कल्पना तेव्हा मला आली.

"सुरज, मला नाही रे जमणार तुला होकार देणं, माझं मन, माझी परिस्थिती आणि वाटा खूप वेगळ्या आहेत. तुला माझ्यापेक्षा खूप छान मुलगी मिळेल. मला माफ कर!" मी त्याच्याजवळ जात म्हणाली.

'मी खूप मोठ्या मनाने त्याला स्पष्ट नकार देऊन गेली. काय कुणास ठाऊक? मला त्याप्रति, तो सुंदर, देखना असूनही आकर्षण असं वाटलंच नव्हतं. पुढेही वर्षभर तिथे असताना मला त्या त्याप्रति असं प्रेमभाव निर्माण झालंच नाही. कधी-कधी मनात त्याचं वाक्य वारंवार आठवायचं.'

'स्मिता, तू मला आवडतेस." सुरज किती गोड बोलून गेला होता.

'पण सुरजला माझ्या हृदयातून त्याला मी स्वीकारू शकली नव्हती. पुढे कोरोनाकाळ, ती अकादमी बंद राहिली. जग बंद पडलं. आम्ही घरी परतलो होतो. पुढे कौटुंबिक परिस्थितीची घडी विस्कटल्याने, बाबाचे आजारपण वाढल्याने, आर्थिक सुबत्ता नसल्याने पुन्हा अकादमीत जाणे जमलंच नाही. सुरजच्या आठवणी तिथेच संपल्यात की त्यापुढे आल्याच नाहीत. त्याच्या मनात पुढे मी राहिली की काय मला नाही ठाऊक? मी ते जाणून घेण्याचा प्रयत्नही केला नाही.'

'पण आजची ही माझी परिस्थिती. मनात कलश डोळ्यासमोर तरळत होता.'

***

"स्मिता..." बाबांनी आवाज देताच ती अचानक भानावर आली. बेडकडे वळून बघितलं. दुपारचे चार वाजेनंतर चहा-नाश्ता घ्यायचा होता. सव्वाचार वाजलेत. बाबा झोपून उठले. स्मिताने त्यांना पाणी दिलं. एवढ्यात चहा-नाश्ता आलेला. स्मिताने चहा घेत बाबांना सोबत ब्रेड दिला.

"कसं वाटतंय आता?"

"आता खूप बरं वाटत आहे?" बाबांना ती सहजच दररोज एकच प्रश्न करायची आणि त्यांचे ठरलेले उत्तर.

"डॉक्टर साहेब म्हणाले, दोन दिवसात देऊया सुट्टी."

"हो, सुट्टी होईल तर बरं होईल. मला तर इथं आता राहणं..."

"आठ दिवस झाले जी, आपण इथे आहोत." स्मिताने त्यांना आपण घालवलेल्या दिवसाची आठवण करून दिली.

स्मिताने चहा सोबत ब्रेड घेतला. मात्र कलशशी हॉटेलला जेवण घेतल्याने भूकही नव्हती. सारखा हॉटेलातील एकमेकांसमोर बसून असतानाचा, जेवतानाचा क्षण तिला आठवत होता.

"कलशने मला घास भरवावा." पण त्या गर्दीत तिथं असणाऱ्या लोकांसमोर त्यालाही ते शक्य नव्हतं. तेव्हाच स्मिताने ठरवलं. 'जोपर्यंत कलश मला घास भरवणार नाही तोपर्यंत मी जेवण करताना त्याच्या नावाने अगोदर एक घास बाजूला ठेवूनच जेवण करीत राहीन.'

स्मिताने त्याला जेवण झाल्यावर सांगितले. त्यालाही ते आवडलं.

"होय, राणी. तू माझीच आहेस. पुन्हा कधीतरी एकांतवासात तुला माझी पत्नी म्हणून घास भरवेण तोपर्यंत तू हे नियम पाळू शकतेस."

स्मिताला फार आनंद झाला होता.

बाबांशी ती बोलत राहिली. त्यांना दुपारचे औषध दिलं.

"थोडं बाहेर फिरायला या ना बाबा. पाय मोकळे होतात. बरं वाटेल."

"हो, आता फिरतो थोडं." बाबा व्हरांड्यात हळूहळू फिरू लागले.

स्मिता पुन्हा हातात मोबाईल घेऊन चालत त्या खिडकीजवळ येत बाहेर बघू लागली होती. पुन्हा कलश डोळ्यासमोर उभा राहत होता.

चॅट बॉक्स बघितला. कलशने काही मेसेज पाठविले होते. तिला हसू उमललं होतं. कलश गावाकडे परत निघाला होता.

"हॅलो..," स्मिताने मोबाईलवर कॉल केला

"हं बोल!"

"कुठे आहात?"

"बस मध्ये."

"लव यु टू मच. थँक्यू."

"कशाबाबत थँक्यू."

"तुम्ही भेटायला आल्याबाबत."

"हो का, बरं तुझेही आभार..."

"कशाबाबत..."

"माझं प्रेम स्वीकारल्याबद्दल."

दोघेही खळखळून हसले होते.

"स्मिता कोणाशी बोलते आहेस?" अचानक बाबांनी प्रश्न केला.

"अं... हो. नाही, दादाचा फोन आहे. तब्येत कशी आहे? विचारत आहे. बोलता का त्याच्याशी?"

"हो दे ना!" बाबांनी लगेच म्हटले.

स्मिताने पटकन 'सी. यु. टेक केअर, बाय, नंतर लावते.' म्हणत कॉल कट करून पुन्हा दादाला फोन लावला होता. तिने फोन बाबाकडे बोलायला दिला. स्मिताचे मन घाबरले होते.

'कदाचित आपली ही कृती, आपलं हे प्रेम कोणाला कळलं तर! आपण किती मोठी चूक केली. आपण प्रेम तरी कोणावर केले. कलश पत्नी,

मुलगा असलेला, वयात अंतर असलेला व्यक्ती, त्याची मी कधीच होऊ शकत नाही अशी व्यक्ती, जो मला कदाचित वरपांगी प्रेमाशिवाय काहीही देऊ शकणार नाही अशी व्यक्ती, ज्यावर प्रेम करून मला काहीही मिळणार नाही अशी व्यक्ती, जो व्यक्ती माझ्या जीवनात कधीही येणार नाही, असंच...'

'खरंच! मी वेडी होती. कलशच्या प्रेमात वेडी झाली होती. मी सुरजसारख्या मुलाला टाळून कलशच्या प्रेमात आंधळी होणारी, त्याला मिळविण्याची, प्राप्ती करण्याची जिद्द ठेवणारी एक हट्टी मुलगी. खरंच! मी मूर्ख होती काय? मी खरंच वेडी आहे काय? माझं मलाच हसू येत राहिलं. मात्र मला ही चूक अजिबात वाटत नाही.'

'मी चूक केली असेल कुटुंबातून, या समाजातून. मी वागली असेल नामनिराळी पण कलश आता माझ्या हृदयात स्थान मिळवणारा खरा प्रियकर झाला होता. त्याचं प्रेम हे अगदी माझ्या जीवनाला पुढे गतिमानता देणार. त्याच्या आधार सहवासाने मला फुलायला मिळणार. खरंतर कलशची मी आता सावली बनून जगणार होती.'

"हं! हे घे मोबाईल. बोल दादाशी." बाबांनी दादाशी बोलून होताच मोबाईल दिला. स्मिता त्याच्याशी तब्येतीचं बोलली.

'दादा माझ्यापेक्षा लहान, घरची कामे सांभाळून कष्ट करायचा. अगदी कमी वयात बाबामुळे त्याच्यावर नि माझ्यावर खूप जबाबदारी आली होती. आम्ही परिस्थितीशी असा संघर्ष करीत मात्र उभं राहणार होतो. मात्र अशा संघर्षात माझं मन चुकीचं वागते आहे हे मनाला पटतच नव्हते. कलशला हे सारे काही चुकीचे वाटून त्यांनी मला अनेकदा समजावूनही मी त्यांना माझ्याशी प्रेम करण्यास सज्ज केलं होतं. होय! खरंतर कलशला मी जबरदस्तीच केली होती."

'किती टाळलं त्यांनी मला? किती समजावलं त्यांनी मला? किती दिवस, आठवडाभर. कलश माझ्यामुळे खरंतर बेचैन होता. मी त्याच्या प्रेमात मुग्ध होऊन त्याचं मन वळवीत राहिली. अखेर कलश समाजातील काही नियम व अटीवर माझ्याशी प्रेम करायला तयार झालेला.'

'होय, आम्ही दोघेही. पुढचं संपूर्ण आयुष्य नियमानुरूप घालवणार होतो. तशी शपथ घेतली होती. मी आणि त्यानेही.'

'कलश, माझ्या हृदयात कोरलेली मूर्ती होती. जी जीवनाच्या अंतापर्यंत आता राहणार होती. गोंदण कोरावं तशीच. मी पुन:पुन्हा त्याला आठवत होती आणि त्याच्या आठवणी रेंगाळत असतानाच माझ्याही मनात एक सुंदर गाणं रेंगाळत होतं.

"ओ साथी रे! तेरे बिना बी क्या जीना...

फुलों में कलीयो में, सपनों की गलीयों में,

तेरे बिना भी कुछ कहिना...."

***

९

कलशला रात्रौ गाडीमुळे घरी परतायला बराच उशिर झालेला. कलशचं मन स्मिताच्या विरहाने बेचैन होत होते.

"इतका उशीर का बरे?" सुमाने दारात येताच पहिला प्रश्न केला.

कलशला तिचं असं बोलणं मुळातच आवडलं नव्हतं. सुमाचं एवढ्या वर्षांत कुठंतरी प्रेम आटलं आहे, असाच भास त्याला व्हायचा. यामुळेच की काय कलश स्मिताच्या मोहात गुंतला होता.

"होय, गाडी मिळायला उशीर झाला म्हणून..."

"बरं! चला जेवण करून घेऊ. सोहम आत्ताच तुमची वाट बघून निजला."

"बरं, झोपू दे त्याला. त्याकरिता खाऊ आणला आहे. सकाळी देशील."

कलशने बाथरूममध्ये जाऊन फ्रेश होत बाहेर आलेला. तोपावेतो सुमाने ताट वाढलं होतं. दोघेही डायनिंगवर बसून जेवण करत होती. मात्र कलशचं मन स्मिताच्या आठवणीत गुंतले असल्याने बायकोशी तो फार क्वचित बोलत जेवण करत राहिला.

"का बरे असे अस्वस्थ? दुपारला जेवण नाही घेतले काय?"

"घेतले ना हॉटेलला."

कलशला स्मितासोबत जेवण घेतल्याची आठवण झाली. मात्र तिला घास न भरवल्याचे दुःख तेवढेच मनाला खटकत होते. घास बाजूला काढून ठेवायची स्मिताने घेतलेली शपथ आठवली.

'किती वेडी नाही का स्मिता? पुढे लवकरच तिला आपल्या हाताने भरविले नाहीतर..! किती जिवापाड प्रेम करतेय ती. खरंच आपण...'

कलशच्या मनात स्मिताविषयी अनंत विचार तरळत होते.

सुमा कलशकडे बघून थोडी हसली.

"अहो काय झालं? आजच्या मीटिंगमध्ये साहेब काही कमीजास्त तर बोलले नाही ना!"

"अहं, नाही ना! प्रवासामुळे थोडे अस्वस्थ वाटतेय एवढंच."

"मग कशाला मिटींगला गेलेत. दुसऱ्या सहकाऱ्यांना का बरं नाही पाठवलं?"

"तसं नसतं जमलं. साहेबांचा आदेश पाळावं लागतो." कलश पत्नीला ऑफिसची मिटींग आहे असे खोटं सांगून स्मिताला भेटायला गेल्याने त्याला या प्रश्नाचे उत्तर द्यावे लागत होते.

कलश सुमाशी बोलत जेवण करीत राहिला.

'आपण खोटे बोलतोय. खरंतर स्मिताशी प्रेम करून आपण तिलाही जणू फसवतो आहोत. आपल्या प्रेमाने तिलासुद्धा कुठलाही फायदा नाही. उलट झालंच तर दोघांचेही नुकसान आहे. जर का कुणाला माहीत झालं तर स्मिताची बदनामी होईल. किती काळजी घ्यावी लागेल. आज तरुण मुलींना पुढे तर पती मिळणेही अशा बाबीने कठीण होते आहे. एवढंच नव्हेतर सुमाला कळले तर आपल्या कुटुंबाची राखरांगोळीच झाली म्हणून समजायला हरकत नाही.' कलशच्या मनात अनेक भीतीदायक विचार येत राहिले.

रात्रौ थोडावेळ टीव्हीवरील बातम्या बघून कलश निजायला गेला होता. थोड्यावेळाने सुमाही घरकाम आवरून निजायला आली. सुमाने कलशच्या कुशीत हात घातला. कलशही तिच्या अगदी समीप आला होता. मात्र सुमात त्याला स्मिताचं रुप दिसत होतं. जणू स्मिता त्याच्या बाहुपाशात होती.

"मला पप्पी हवी." स्मिताचं गोड बोलणं त्याला आठवलं. खरंतर एकांत न मिळाल्याने पप्पी घेणं अवघड ठरलं होतं.

कलशने सुमाची पप्पी घेतली होती. सुमा दिवसभर कौटुंबिक कामे करून थकून निजली. मात्र कलशचं मन अजूनही स्मिताच्या आठवणीत जागं होतं. कलश स्मिताचा विचार करीत बराच वेळ बेडवर पडून होता.

कलशने स्मिताचा निरोप घेण्यापूर्वी तिला मदत म्हणून पाचशे रुपये दिले होते. स्मिताने ते न स्वीकारता फक्त दहा रुपये खाऊसाठी म्हणून जवळ ठेवीत मागून घेतले होते. कलशने खूप आग्रह करूनही तिने दिलेल्या नकारामुळे खरंतर कलशचं मन हिरमुसलं होतं. आपण स्मिताची मदत करावी, तिला फक्त सुखी आनंदी बघावं, तिच्या अडीअडचणींना दूर सारत तिला सर्वतोपरी मदत करावी, असं कलशला वाटत होतं.

कलश पुरेपूर स्मिताच्या अंतरंगात सामावला होता. स्मिताला बघून जीवनातलं सर्वोच्च प्रेम, समाधान, शांतता, आनंद मिळतो आहे असेच त्याला वाटत राहिले.

त्या व्हॅलेंटाईन डे च्या दिवशी आपण तिच्या मेसेजला "खरंच!" म्हणून दिलेला रिप्लाय कलशला आठवला होता.

'आपण त्यादिवशी किती रात्रभर विचार करीत बसलो होतो. स्मिताचं प्रेम व्यक्त करणं अगदी साधं असलं तरीपण आपण किती विचार केला होता.'

'खरंतर आपण रिप्लाय द्यायलाच नको होता. 'खरंच' या रिप्लायमुळे तिला आपण सकारात्मक असल्याची जाणीव झाली असेल. म्हणूनच स्मिताने आपल्या मनाला घायाळ करणारा मेसेज टाकला होता. आपण तिला किती समजावलं पण अखेर आपणही हळूहळू तिच्यात मन गुंतवत समरस होत गेलो. स्मिता तशी गोड आहे. आपण सहजच तिच्यात गुंतत गेलो. आपण किती वेडेपणाने वागतो आहोत. आपण खरंतर मूर्खासारखेच वागलो आहोत. पण पुढे काय?'

कलशच्या मनात अनंत विचाराचे आक्रमण उभे राहत होते. थकवा येऊनही डोळ्याला डोळा लागत नव्हता.

'स्मिता झोपली असेल काय? काय करीत असेल? तिला लवकर झोपायची सवय आहे.' सुमाला झोपल्याचे बघून कलशने चाटबॉक्स उघडला. स्मिता ऑनलाईन नव्हती. तिचं लास्ट सीन बघून कलशचं मन हिरमुसलं होतं.

"गुड नाईट जी." एवढंच तिचं कमेंट.

'अरेच्च्या, आपण तिला 'गुड नाईट' म्हणू शकलो नाही.' त्याला खंत वाटून गेली. कलश बराच वेळ तिच्या डीपीला बघत राहिला. तिचा चेहरा त्याच्या डोळ्यासमोर तरळत होता.

'स्मिता ऑफिसात यायची तेव्हा तिच्याशी अगदी मनमोकळेपणाने बोलून मैत्री झालेली. दिवसातला दुपारनंतरचा वेळ फारच कमी कामे असल्याने चर्चा, गप्पात रंगायचा. तिला आपले बोलणे आवडायचे. ती आपलं बोलणं एकटक ऐकत राहायची. ती स्मित हसायची. तिचं लोभसवाणं हसणं खरंतर खूप आवडायचं. पण आपण विवाहित असल्याने कधीही तिच्याकडे प्रेमनजरेने बघितलंच नव्हतं. मनात तसला कधी विचारचही आला नाही.' कलशचं मन पुन:पुन्हा तिला आठवत होतं.

'स्मिता खरंच गुणी आहे. तिचा मृदू, शांत स्वभाव. तिचं अगदी हेलखाऊ बोलणं, तिचे मधाळ डोळे, गालावर असलेला काळा तीळ, तेवढंच हसताना मनावर छाप पाडीत उमटणारी ती खळी, गौरवर्णीय हसरा चेहरा, कपाळावरील चंद्राकोर टिकली, अगदी साधी वेशभूषा, तेव्हा ती खुलून दिसायची.'

'अरेच्च्या, किती संघर्षमय जीवनाचा प्रवास ती करीत आहे. पण कधीही तिने आपल्याला कळू दिलं नाही. आपण तिला खूप काही कथा, कादंबरी, कविता वाचनाच्या आवडीवर बोलायचो तेव्हा ती सुद्धा सहभागी होत नुसतं ऐकायची. तिलाही वाचनाची फार आवड, पण घरची कामे, परीक्षा, अभ्यास यातच तिचा वेळ जायचा. चार-दोन पुस्तकेही तिने वाचायला नेली पण ती वाचून झाली नाही ही तिची खंत. पण ती एकाएकी आपल्यावर जीव लावते आहे. आपल्या प्रेमात झुरते आहे असं कळलं तेव्हा नवलच वाटलं होतं. खरंतर तिला बहिणीच्या की मुलीच्या रूपात मी बघायला हवं होतं. कधी कुठलं नातं नाही ठरवलं पण आज ती माझी प्राणाहून प्रिय सखी ठरली याचं नवल वाटते आहे. खरंच चूक केली काय मी? मलाच वारंवार प्रश्न सतावतो आहे.'

'अरेच्च्या, ही सुमा झोपली सुद्धा. किती वेळ झाला आहे आपण स्मिताच्या आठवणीत गुंतलोय.'

कलशने पुन्हा मोबाईल उघडला. घड्याळात बघितलं. साडेबारा वाजलेले. त्यांनी तिला एक मेसेज टाईप करून सेंड केला होता.

"केशरी पळसावरी जरी भुललीस ना कधीही

तुझ्या आयुष्याचा मी रंगोत्सव होऊ का?

नसेलही कळली मला तुझ्या हृदयाची भाषा

पानावलेल्या डोळ्यातील तुझ्या मी आस होऊ का?"

कलशला अचानक स्मितविषयी काही ओळी सुचल्या होत्या.

"अरेच्च्या, आपण किती सुंदर लिहिलं आहे. कविता अपूर्ण वाटते आहे. करूया पूर्ण..."

"खरंच आहे. स्मिता कधीही कुणावर भाळली नाही. कधीही तिने असा विचार केला नाही. पण ती अगदी अनपेक्षितपणे आपल्यावर जीव ओवाळून माया लावते आहे. खरंच, आपण तिच्या आयुष्यातील असा रंगोत्सव व्हायला हवं. खरंतर तिच्या हृदयातील उर्मी, प्रेम कसं बरं नाही कळलं आपल्याला? खूप उशीर केला आपण समजून घ्यायला. पण आता आपण तिच्या या पानावलेल्या डोळ्यातील आस झालो आहोत काय? किती मस्त ओळी आहेत ना! नक्कीच आवडतील तिला. कधीकधी या वाचनाने आपल्यालाही कवी झाल्यागत वाटतं आहे. अरेच्च्या! कॉलेज जीवनात आपण अशाच आठ-दहा कविता लिहिल्या होत्या. पुढे मात्र आपण लिहायला टाळलं की जमलं नाही... पण आज स्मितामुळे सहज आपल्याला सुचायला लागलं आहे."

"स्मिता, तू माझ्या हृदयातील धमनी आहेस गं, तुझ्याविना मला आता काहीएक सुचत नाही. खरंच तुझ्याविना जीवन अधूरं वाटत राहणार, पण असंच जगावं लागणार आहे आपल्याला. टेक केअर, लव यु टू मच."

तुझाच कलश

कलशने पुन्हा काही ओळी मनातून लिहीत मेसेज सेंड केला.

डोळ्यात थकवा जाणवू लागलेला. डोळे मंदावलेले. स्मिताला मेसेज पाठवताच अगदी मन प्रसन्न झालेले. तिच्या गोड आठवणी मनात रेंगाळत असताना कलश निद्राधिन झालेला. त्याला तिच्याविषयी ओढ आणि एक गाणं आठवू लागलेलं...

"किसी शायर की गझल, ड्रीमगर्ल...
कही तो मिलेगी, कभी तो मिलेगी,
आज नही तो कल... ड्रीम गर्ल..."
***

10

बाबा रात्रौ जेवण करून निजले होते. स्मिता दिवसभर अगदी कलशशी आनंदात सहवास मिळाल्याने उत्साहीत होती. आजतागायत दवाखान्यात आलेली मरगळ कुठल्या कुठे दूर पळाली होती. ती हॉस्पिटलातील डबा खाऊन निजली होती. बराच वेळ छतावर फिरणाऱ्या पंख्याकडे ती एकटक बघत राहिली.

'आपलंही जीवन असंच गरगर फिरत आहे. जीवनाचं साध्य मिळण्यापूर्वींच आपण कलशच्या अंतरंगात दडून स्वतःला संपविलं तर नाही ना!' असेच तिला वाटत होते. डोळे दीपकत होते. तिने मोबाईल बघितला. 'कलश पोहोचला असेल. द्यावं काय मेसेज?' तिच्या मनात आलं. 'पण नको!' असे मनाला समजावून फक्त 'गुड नाईट जी.' असा मेसेज पाठविला होता. तिने मोबाईल बाजूला ठेवला. तिला रात्रौ लवकरच निजायची सवय असल्याने ती नऊ वाजताच निजली होती.

पहाटे अगदी चार वाजताच तिचे डोळे उघडले होते. तिने उठून बाथरूमला जात फ्रेश झाली. बाबा निजले होते. तिने हातात मोबाईल घेतला. रूमचे दार उघडून बाहेर व्हांड्यात आली. वार्डात कुठेही कोणीही जागं नव्हतं. सगळं वातावरण शांत-शांत होतं. ती खिडकीजवळ आली. पहाटेचा गारवा तिच्या शरीराला झोंबून गेला होता. मन शहारून आलेले. पुन्हा कलशच्या आठवणी. तिने मोबाईल काढला. कलशचा मेसेज...

'किती सुंदर कविता. अगदी माझ्यासाठी लिहिलेल्या ओळी.' तिचं मन आनंदलं होतं. ती वारंवार त्या ओळी वाचत राहिली. सोबतच असलेला मेसेज... 'तू माझी धमनी आहेस. लव यु टू मच...' स्मिताच्या

डोळ्यात पाणी तरळलं. आपण चूक केली असली तरी पण पारखी नजरेने मनाला हवे असलेले कलशचे प्रेम निवडले याचं तिला सार्थक झाल्यासारखं वाटू लागलं.

"लव यु टू सो मच माझ्या सोनपाखरा, मी तुझीच आहे रे राजा!" तिने अलगद मेसेज टाईप करून पाठविला.

बराच वेळ ती खिडकीजवळ उभी राहिली. थोड्यावेळाने ती बाबाच्या बेडजवळ जाऊन बसली. कलशची डीपी ती वारंवार बघू लागली. कलशचा मोहक चेहरा बघून तिला तर 'आपल्यात कुठलं आलं वयाचं अंतर?' असाच प्रश्न पडला. तिच्या मनपटलावर पुन्हा कलशची आठवण रेंगाळत होती...

***

कलशने 'खरंच!' एवढ्याच शब्दाने दिलेला रिप्लाय. तिने शंभरदा वाचला असेल. ती त्यादिवशी रात्रभर बराच वेळ विचार करीत राहिली. कलशचा यानंतर कुठलाही मेसेज आला नव्हता. तिला वाटायचं जावं नि त्याच्या गळ्यात मिठी मारत म्हणावं, "राजा, खरंच माझं तुझ्यावर प्रेम आहे रे! कशाला अंत बघतोस. फक्त तुला एवढंच सांगायचं आहे. होय, माझं एकतर्फी प्रेम... तू माझ्यावर प्रेम कर वा नको करूस. पण आजन्म मी तुझ्यावर प्रेम करत राहीन." तिच्या मनात अनंत विचार येत होते.

'कलशने यापेक्षा कुठलेही उत्तर पाठविलं नव्हतं. जणू कलश 'खरंच' या शब्दाने माझी परीक्षा घेत होता. जणू मी खोटारडे प्रेम करते आहे की हव्यासापुरती त्यावर झुरते आहे असंच तर त्याला वाटत नसावं ना! कसं सांगावं? त्याला कुठली शपथ द्यावी? पुन्हा कसं समजवावं?' मी बराच वेळ रात्रपर्यंत विचार करीत राहिली होती.

'दुसऱ्या दिवशीही कलशने कुठलाही मेसेज पाठविला नाही की कॉलही केला नाही. खरंतर सहा महिनेपासून मी त्यांच्या ऑफिसातही गेले नव्हते. माझं ऑफिसला जाणं कायमचं बंद झालं होतं. माझ्यासमोर अनंत अडचणी असल्याने ते शक्यही नव्हतं. माझं मन कलशमध्ये गुंतले असल्याने पंधरा-वीस दिवसांनी साहेबाकडे काही कामाची निकड असली की बोलावणं यायचं. तेव्हा मात्र आठ-दहा वेळा मी गेली असेल. कलश माझ्याशी आदराने बोलायचा. प्रेम नजरेने त्यांनी

मला कधी बघितलंच नाही. कलश जवळ असला की मन फुलारून यायचं. वाटायचं, जावं आणि त्याला घट्ट मिठी मारावी. पण मी मनाला आवरायचे. एक दोनदा तर त्यांच्याशी बोलताना एकांत बघून 'आय लव यू' म्हणावं असंही वाटलं. पण हिंमत जुळली नाही. माझं मन हिरमुसायचं. वाटायचं, सारखं कलशच्या सहवासात राहावं. ऑफिसातून जाऊच नये. पण सारंकाही माझ्या मनातच राहिलं होतं...'

'मात्र पुढे मी त्यांच्या आठवणीचा उमाळा जास्तच दाटून येत असल्याने आणि बाबाच्या तब्येतीचा प्रकार बराच वाढल्याने ऑफिसात कायमचं जाणं टाळलं होतं.'

'कलश दिवसभर ऑफिसात असेल. त्यांनी अनेकदा मोबाईल बघूनही मला साधा मेसेज की फोनही केला नव्हता. मला वारंवार वाटायचं, 'कदाचित कामात गुंतलेला असेल. थोड्यावेळाने फोन करेल.' तरीपण दुपारपर्यंत त्यांचा कुठलाही मेसेज आला नव्हता. मी अनेकदा मोबाईल उघडून बघितलं. मन वारंवार हिरमुसत होतं. जाऊ दे! खरेच मी वेडी आहे. जिथं प्रेम व्हायला हवं तिथं नाही आणि कलश कधीही आपणास हक्काचे स्थान देऊ शकत नाही त्यावर मी भाळली. खरंच माझं चुकतं आहे. मी तसा मेसेज पाठवायला नको होता. माझं मन असच काहीच विचार करीत राहिलं आपणच लावावं काय फोन? असाही विचार अलगद आलेला. पण मलाच टाळावं लागलं. आपलं स्वप्न कदापीही पूर्ण होणार नाही. कलशचं प्रेम आपल्याला कधीही मिळू शकत नाही. मला पक्क ठाऊक असतानाही मी अशी वागत होती.'

"हं! खरंच, कशी सांगू अजून? रियली आय स्वीअर, चोवीस वर्षांमध्ये मी कधीच इतकं प्रेम नाही पाहिलं. कोण लागत होती तुमची? का केलं इतकं प्रेम? का सांगितलं इतकं सारंकाही? सांगा ना! तुम्हाला बघताच मला रडू का येते? जीव नाही लागावा म्हणून तुमच्या दूर जाण्याचा प्रयत्न केला तरीपण तुमचा सहवास हवाहवासा का वाटतो आहे? आधी का नाही आले माझ्या जीवनात. कदाचित आजपर्यंत यशाचे शिखर गाठले असते. का इतका उशीर केलात? का विचारलात माझ्या आवडीनिवडी? कशाला घर करून बसलात मनात? आज मनातून तुमच्या प्रेम आठवणी काढून टाकण्याचा विचारही केला तरी त्रास होतो.

का? का? सांगा ना...!”

'दुपारी कलशच्या जेवणाच्या सुट्टीपूर्वी मी मेसेज टाईप करून सेंड केला होता. मनात आलं ते भराभरा लिहिलं होतं. कलशच्या 'खरंच!' या रिप्लायला मी उत्तर दिलं होतं. आता कलशला काय वाटायचं ते वाटेल पण मी माझ्या मनातील भावनांना वाट मोकळी करून दिली होती. एवढंच... खरंतर या मेसेजने मी मुक्त झाली होती. कलश आता मला स्वीकारेल की टाळेल याची मला तमा नव्हती. मी त्याच्यावर मनातून प्रेम करते आहे एवढंच त्यांना सिद्ध करून दिलं होतं.'

माझं मन हलकं झाल्यासारखे वाटत होते. मनावरचा तान दूर झाला होता. आता कुठलीही चिंता नव्हती. एवढ्या संघर्षमय जीवनात एक वर्षाहून अधिक काळ मी त्यांना समजून घेत कलशवर एकतर्फी जीवापाड प्रेम केलं होतं. त्याचं ऋणत्व मान्य करण्यास्तव मी त्यांच्यावर भाळली असली तरीपण कलश मला हवाहवासा वाटत होता. कलश माझ्या जीवनातील एक अविभाज्य भाग वाटत राहिला.'

'मी डोळे बंद केले. बराच वेळ ती गोष्ट वारंवार आठवत राहिली. पहाटेला पुन्हा पाखरांची कुजबूज सुरू झालेली. उजाडायला आले होते. बाबाचा कण्हण्याचा आवाज आलेला. मी उठून बाबाकडे जाऊ लागली आणि नकळत एक गीत माझ्या मनात रेंगाळत राहिले....'

“और इस दिल मे क्या रखा है,

तेराही दर्द छुपा रखा है,

चिरखे देखे दिल मेरा तो, तेराही नाम लिखा रखा है।”

***

11

कलशचं मन एकाएकी बेचैन झालं होतं. ऑफिसात काम करताना त्याला दुपार इतकी जड जाईल वाटलंही नव्हतं.

स्मिताचा आलेला मेसेज बघून तर कलशचं मन पुन्हा सुन्न झालं होतं. "अरे! ही वेडी तर नाही ना!" वारंवार त्याच्या मनात विचार येत राहिले.

स्मितासोबत झालेला एकदीड वर्षातील चर्चात्मक सहवास पुन:पुन्हा त्याला आठवत होता. ऑफिसच्या कामातही संगणकावर अनंत चुका होत असल्याने पुन:पुन्हा मन भांबाबत होतं.

"कलश हे काय? तुमची टोटल चुकते आहे. पुन्हा बघा ती शीट." साहेबांनी त्याला जवळ बोलावून म्हटलं.

"सो सॉरी सर! मला आज उमगतच नाही. मला थोडं अस्वस्थ वाटतं आहे. त्यामुळेच झाली चूक."

"मग, तुमची तब्येत मलातरी आज बरी वाटत नाही आहे. जाता काय दुपारनंतर सुट्टीवर? आतातर काहीच कामही नाहीत. काळजी घ्या स्वतःची."

"नको, तेवढंही अस्वस्थ वाटत नाही पण आज थोडं डोकं दुखतंय म्हणून असेल. औषधही घेतलं नाही."

"बरे! तुम्हाला वाटेल तोपावेतो थांबा, नाहीतर जा. उद्या बघू ते काम. तेवढेही अर्जंट नाही."

कलशचं साहेबांशी बोलताना मन भानावर नव्हतं. खरंतर एवढ्या दिवसात कलशला एकाएकी असं बेचैन होताना साहेब प्रथमत:च बघत

होते. त्याच्या मनावर आलेला ताण साहेबांनी ओळखला होता.

पुन्हा कलश आपल्या संगणकावर बसून फाईल चाळत राहिला. मात्र डोकं जास्तच ठणकू लागलं होतं. वारंवार त्याच्यासमोर स्मिताचा चेहरा उभा राहत होता. त्याच्या मनात स्मिता जणू घर करून बसली होती.

स्मिताने पाठवलेला मेसेज जेवणाच्या सुट्टीत बघताच त्याला आश्चर्याचा धक्का बसला होता. 'खरंतर आपण चूक केली काय? तिच्या मेसेजला रिप्लाय द्यायलाच नको होता. तिला भेटून समजावले असते तर..! पण तिने इतकं मनावर घेतलं की...' मेसेज तर डोकं गरगरायला लावणारा होता.

'ऑफिसातून तिला कसे बरे फोन करावे?' त्याला प्रश्न पडलेला.

'कुठे असेल ती? घरीच असेल. थोडं बोलावं लागेल तिच्याशी.' कलशच्या मनात विचार आलेला.

कलशने मोबाईलवरून नंबर डायल केला. रिंग जात होती पण पलीकडून स्मिताने कॉल उचलला नाही. पुन्हा कलशचं मन बेचैन झालं होतं.

'कामात वगैरे असेल... नाहीतर मोबाईल घरी ठेवून कुठे दुसरीकडे गेली असेल.' मनात विचाराचे तरंग उमलत होते.

कलश पुन्हा आपल्या टेबलवर येऊन बसला. चेहऱ्यावर घाम फुटला होता. त्याला जास्तच अस्वस्थ वाटू लागलेलं.

"का बरं कलश, आज तब्येत बरी नाही काय?" रमेशने त्याला सहज विचारलं. रमेश त्याचा सहकारी होता.

"नाही रे! थोडं अस्वस्थ वाटतं आहे. साहेबांशी आताच बोललो. त्यांनी रजा घे म्हटलं, पण मीच नाही म्हणालो. आता वाटते आहे जावं घराकडे."

"मग जा ना! कशाला त्रास करून घेतोस. पण गाडीवरून जाणं होणार काय? मी सोबत येऊ काय सोडायला?

"नको, एवढंही अस्वस्थ नाही हं! जाणार मी हळूहळू." कलश टेबलवरून फाईलची आवराआवर करीत उठला होता.

साहेबांना रजा मागून तो ऑफिसबाहेर पडला. गाडी स्टार्ट केली. पुन्हा त्याला स्मिता आठवली. त्यांनी परत गाडी बंद करून खिशातून

मोबाईल काढला. पुन्हा स्मिताला फोन लावला. रिंग जात होती.

"हॅलो, मी बोलतोय."

"बोला ना! माझ्याकडे नंबर सेव आहे तुमचा."

"हो ठाऊक आहे मला. मी थोड्यावेळापूर्वी कॉल केला पण तू उचलला नाहीस."

"होय, मी बाबाच्या कामात होती. आत्ताच मोबाईल बघितला. मी तुम्हाला फोन करणारच होती तर एवढ्यात तुमचाच कॉल. बोला ना!"

"अगं, तू वेडी आहेस काय? काय मेसेज पाठवला आहेस ठाऊक आहे ना तुला! नेमकं माझ्या करिता आहे की कुण्या दुसऱ्याला पाठवण्याऐवजी मला तर पाठवला नाहीस ना!" कलशने थोडं रागातच तिला म्हटलं.

"तुम्हाला नाही तर कोणाला पाठवणार? मनातून सांगतेय, तुम्हालाच पाठविला आहे."

"अगं, पण तुझं माझ्यावर प्रेम कसं होऊ शकतं? तुला ठाऊक आहे ना! मी विवाहित आहे. एका मुलाचा बापही आहे आणि आपल्या वयातील अंतर..."

ती थोडी शांत झाली होती. पलीकडून तिचा रडण्याचा, उसासे देण्याचा आवाज. कलशचं मन द्रवलं होतं.

"अगं मी तुझ्याशी बोलतोय. का बरे रडते आहेस? रडू नकोस. मला तुझ्याशी बोलायचं आहे." स्मिता गप्प होती.

"बरं, मी आता घरी निघालो आहे. माझी तब्येत बरी नाही. मी सायंकाळी तुला फिरायला जाताना कॉल करेन तेव्हा बोलू."

स्मिता रडत होती. पलीकडून काहीही आवाज येत नव्हता. तिने स्वतःहून मोबाईल कट केला.

कलशचे मन पुन्हा बेचैन झालं. तो थोडावेळ मोबाईलकडे बघतच राहिला. त्याने खिशात मोबाईल ठेवला. गाडी स्टार्ट केली आणि गावाकडे परत निघाला होता.

कलशच्या मनात विचाराचे चक्र सुरु होते. तिच्या मेसेजमधील अनेक प्रश्न मनात घर करून बसले होते. काय उत्तर द्यावं? काय बोलावं? कसं समजवावं तिला? अनंत विचाराचं थैमान सुरु होतं.

खरंतर स्मिता बोलण्याच्या मनस्थितीत नव्हती. तिला कॉल करता क्षणापासूनचं रडणं, तिने अगदी मनाला लावून घेतलं होतं. पुन्हा कॉल करून बोलावं अशी परिस्थिती नव्हती.

गाडी वेगाने धावत होती. तेवढ्याच स्मिताच्या आठवणी मनावर जोमाने रेंगाळून येत होत्या.

***

'खरंच, आपलं काय चुकलं आहे?' कलश विचार करू लागला होता. मात्र त्याला उत्तर असं सापडत नव्हतं.

'अरेच्च्या, एकदा सहा महिन्यापूर्वी स्मिताला काहीतरी फाईल काम संदर्भाने कॉल केला होता. तेव्हा..'

"तुमचा स्वभाव आजकाल खूप बदलल्यासारखं वाटतो आहे." स्मिता म्हणाली होती.

"अगं कसला स्वभाव?"

"नाही, सहज म्हणाली मी. नंतर सांगेन. आता वेळ नाही."

"अगं पण सांग ना! माझं काही तुझ्याशी बोलताना, वागताना चुकलं काय? नाही, चुकलं असेल तर माफी मागतोय मी."

"नाही, तुमचं नाही माझं चुकतं आहे. मीच माफी मागते."

"अगं पण स्पष्ट बोल ना!"

"आता नाही, नंतर सांगेन कधीतरी..." पलीकडून कॉल बंद झाला होता.

कलश तेव्हा अगदी विचारशून्य झाला होता.

'स्मिता अशी वेगळीच का बोलते आहे. आपण तर तिला काहीही म्हटलं नाही. साधं काम तिला सांगितलं म्हणून तिला कदाचित राग तर आला नसेल. कदाचित आपण तिला कॉल केल्याने तिला राग आला नसेल ना!'

कलशच्या मनात बरेच दिवस ही गोष्ट सलत राहिली होती. मात्र दुसऱ्यांदा त्याने तिला कॉलही केला नव्हता. तेव्हापासून तिला कॉल करणंही टाळलं होतं. खरंतर तिच्या स्वभावात की आचरणात काहीतरी बदल झाल्याचे अनुमान तेव्हा कलशला आले होते. स्मिता त्यानंतर मात्र ऑफिसात आलीच नव्हती.

ती का येत नाही? तिला फोनवर विचारावं असं त्याला अनेकदा वाटले पण कलशने फोन करणंही टाळलं होतं.

पुढे तिच्या बाबांचा आजार हे कारण दुसऱ्याकडून कळलं होतं.

"आजाराचा त्रास बराच वाढल्याने येणे शक्य होत नाही." तिने एके दिवशी ऑफिसात येऊन स्वत: सांगितलं.

त्यानंतर ती ऑफिसात सातआठ वेळा आली असेल. मात्र ती बऱ्याचदा अशी एकांतात राहायची. फारशी कुणाशी बोलायची नाही. कलशला तर ती मुद्दामहून टाळायची. कलश तिच्याजवळ जाऊन बोलायचा. पण ती न हसता अगदी गंभीर होत बोलायची. कलशला खरंतर विपरीत वाटायचं.

एकदा तर ती एकांतात मोबाईल चॅट करीत बसलेली. कलश जवळ आल्याचे बघून ती सावरली. तेव्हाच कलशला वाटले, स्मिता काहीतरी कोड्यात वागत आहे. कदाचित तिचे हे तरुण वय, त्या तरुण वयातील प्रेमवाटा. कलश मनातून अंदाज बांधू लागला होता.

"स्मिता हं! कुणाचा एवढा विचार करते आहेस. मला वाटते, कुणी भावी आयुष्याचा जोडीदार भावी जीवनासाठी तर मिळविला नाही ना?"

ती मंद स्मित करीत हसली.

"काहीही काय जी? अशी कुठे गंमत करायची असते का?"

"अगं नाही, सहज म्हणालो. तुझ्या मनावरचा ताण, तुझं वागणं, असं एकांतात मोबाईलवर राहणं, म्हणून... तुला राग तर नाही ना! सॉरी हं!"

"नाही जी. कसला राग येणार मला. माझी मनस्थिती खरंच भांबावलेली आहे. कसं सांगू तुम्हाला? बाबाचा आजार आणि घरची परिस्थिती मला अगदी जगणं अशक्य झालं आहे. खूप विचार येतात जी मनात." ती बोलता-बोलताच रडली होती.

"अगं स्मिता रडू नकोस. तुला मदत करायला आम्ही आहोत ना! पण तू अशी मनकोंडी होऊन राहशील तर आम्हाला काय ठाऊक होणार? सांग ना! तुला काही मदत हवी काय?"

"जी, सध्या तरी नाही. आता बरे आहेत बाबा. मागे एक महिना मी हॉस्पिटलमध्ये होती. अगदी शेवटच्या क्षणापर्यंत गेलेले जीवन कसेतरी

परत आले. खाजगी डॉक्टरांकडून खूप खर्चही झाला. कसातरी भागवला आहे. पण पुढे अशक्य होत आहे.” तिने स्वतःला सावरत अश्रू पुसत म्हटलं.

“अगं तू किती समजूतदार आहेस. गुणी आहेस. बघ ना, या एवढ्या कमी वयात कुटुंबाला सावरते आहेस. बाबाला मदत, सहकार्य करीत आधार देते आहेस. खरंतर आई-बाबांनी तुला आधार द्यावा त्या क्षणी तू त्यांचीच आई-वडील होते आहेस. खरंच! किती तुझं मोठेपण आहे. एवढी डोंगराएवढी जबाबदारी पेलून तू अशी वागशील तर कसं होईल. अगं, खूप छान निभावलेस तू आजपर्यंत, पुढे हेही कठीण दिवस निघून जातील. दुःख सगळ्यांच्या नशिबात असतात. कुणाचे कमी-जास्त, तीव्र असतात. त्यातीलच तू एक आहेस. दुःखानंतर नक्कीच सुख वाट्यास येतात. तुझे भाग्य थोर आहे. फक्त ही वेळ अयोग्य आहे असं समज. घाबरू नकोस. मनाला झोंबवून घेऊ नकोस. नाहीतर तू पुन्हा शरीराने, मनाने खचशील. तेव्हा कोण करणार गं कुटुंबातील कार्य, आम्ही काय एक दिवसाचे येऊ नि जाऊ पण तुला सक्षमतेने उभं राहायचं आहे. स्मिता तू अशी हरू नकोस. अगं तुझ्या नावातच स्मित आहे. हसणं, हसवणं, दुसऱ्यांना सुख-आनंद देणं हाच तुझ्या नावातील अर्थ आहे. खरंच मलातर तुझ्यासारख्या गुणी मुलीचा हेवाही वाटतो आहे. मला जर तुझ्यासारखीच अशी समजूतदार मुलगी असती तर! माझेही भाग्य खूप थोर असतं. पण ते नव्हतं आमच्या नशिबात. स्मिता तू सावर स्वतःला...” कलशने तिला बरंच समजावलं होतं.

“ऐ पोरा, ये रे इकडे चहा घे.” कलशने चहावाल्या मुलाला आवाज दिला होता.

“नको, मला नको चहा. मी नाही घेणार.”

“अगं अशी का बरं वागतेस? चल घे चहा, बरं वाटेल. अशी हिरमुसून रडू नकोस.”

कलशच्या आग्रहस्तव स्मिताने चहा घेतला. कलशही चहा घेत तिच्याकडे एकटक बघतच राहिला. तिच्या मनातील दुःख वेदनाची सल त्याला जाणवली होती. आपण तिची गंमत केली यामुळे त्याला ओशाळल्यागत वाटून गेले.

स्मिता कलशच्या समजावण्याने बरीच सावरली होती. तिला कलशने दिलेल्या आधाराने ती पूर्णत: मनातून आनंदली होती. तिच्या मनातील गोंधळ, वादळ कलशच्या संवादमयी आधाराने संपलं होतं.

घरी परतताना ती अगदी आनंदीत होती. तिची नजर वारंवार कलशला निरखत होती. कलशलाही तिच्या दुःखद मनाला आनंद मिळाल्याने बरं वाटलं होतं.

***

कलश गाडीवर स्मिताच्या आठवणी उगाळत घरी परतला. गाडी पार्क करून तो सरळ हातपाय न धुताच बेडवर निजला होता.

सुमालाही तो वेळेपूर्वी आल्याने आश्चर्य वाटलं होतं.

"अहो, असेकसे आज लवकर. का बरे?"

"मला थोडं अस्वस्थ वाटत आहे."

"अगोदर फ्रेश व्हा, मग निजा."

"नको, तो झेंडू बाम दे. डोकं गरगर फिरतंय."

"बरे! करा आराम थोडा वेळ. नाहीतर जाऊन या ना देशमुख डॉक्टरांकडे."

"बरे, नंतर जाईन." कलश लोळला टेकून बेडवर निवांत पडला होता.

सुमा मात्र तेवढंच बोलून टीव्ही बघायला बसली.

कलशचे डोके विचाराने पुन्हा गरगरू लागले होते. स्मिताचा मेसेज त्याला जसाच्या तसा आठवीत होता नि स्मिता डोळ्यासमोर वारंवार उभी राहत होती. तिचे अश्रू...

कलशने स्वतःच स्वतःचे डोके दाबले. झेंडूबाम लावल्याने डोके, कपाळ, नाकाला आग होऊ लागली होती. पंख्याच्या गारव्यामुळे थोड्यावेळात त्याला बरे वाटले.

"अगं ए स्मिता..." कलश आवाज देणार एवढ्यातच थांबला होता.

सुमा ऐवजी तोंडून स्मिता उच्चारले होते. बरं झालं, टीव्हीच्या आवाजामुळे सुमाने ऐकलं नव्हतं.

सुमा आवाज आल्याने बेडरूममध्ये आली होती.

"आवाज दिलात काय जी?"

"होय, अगं थोडं आले टाकून चहा कर बरे."

"होय करतो. थांबा थोडावेळ. टीव्हीवर माझ्या आवडीची 'दिया और बाती' सिरीयल सुरू आहे ना! जाहिरात आली की देते बनवून."

कलशला बायकोचं असं वागणं बघून थोडा रागही आला होता.

'साधे झेंडूबाम चोळून देऊ काय? असेही म्हटले नाही. मी आता चहा मागितला तर थांबा..!'

कलशने डोळे मिटले होते. त्याच्या डोळ्यात झोप येत होती. अर्धाएक तास गाढ झोपल्याने डोकं दुखणं थांबेल असं त्याला वाटलं होतं. समोर स्मिताचा मोहित करणारा चेहरा आणि तो मेसेज...

"हं! खरंच कशी सांगू अजून? रिअली आय स्वीअर..."

डोळे बंद झाले होते. मन शांत होत निजलं होतं आणि सिरीयल संपताच सुमाने टीव्ही चॅनल बदलविले होते. टीव्हीवरील गाण्याचा आवाज त्याच्या कानापर्यंत येत होता.

"ओम नम शिवाय!
शिव समाये मुझमे और
मै शून्य हो रहा हुँ,
क्रोध को लोभ को भस्म कर रहा हुँ,
शिव समाये मुझमे...."
लगेच दुसरे गीत त्याच्या कर्णपटलावर येत राहिले.
"गोरी तेरा गाव बडा प्यारा...
मै तो गया मारा... आके यहाँ रे...!"
***

12

"अगं ऐक ना स्मिता, मला तुझ्याशी महत्त्वाचं बोलायचं आहे. फोन बंद करू नकोस आणि रडू पण नकोस...." कलशने कॉल करताच 'हॅलो' असे काहीही न म्हणता एका दमातच स्मिताला म्हणाला.

"हं बोला ना! मी ऐकते आहे." स्मिताचा गोड आवाज त्याच्या कानाला स्पर्श करताच कणव निर्माण होत अंगावर शहारे उमटले. आज पहिल्यांदाच कलशला स्मिताविषयी रोमांच निर्माण झालं होतं.

कलश नेहमीप्रमाणे सायंकाळी फिरायला जायचा. त्याच वेळात इविनिंग वाक करताना स्मिताला कॉल केला होता. आज फिरायला जाताना मात्र त्याने मित्रमंडळी सोबत न जाता रस्ता बदलवून एकटाच निघालेला होता. त्याला स्मिताशी खूपकाही बोलायचं होतं. त्याचं मनही शांत झालं होतं. काही तासापूर्वी गरगर डोकं दुखणंही थोड्याशा झोपेमुळे थांबले होते. कलशचं मन अगदी स्मिताशी बोलायला आतुर झालं होतं.

"स्मिता, अगं कसं बोलावं, मला काही एक कळत नाही. खरंतर कुठून सुरुवात करावी मला काहीच समजत नाही आहे. पण तू ऐक. मला तुझ्या काही प्रश्नाचे उत्तर द्यायचे आहेत." कलश बोलता-बोलताच थांबला होता.

"हं! ऐकतेय मी. बोला ना! मला सुद्धा तुमच्याशी बोलायचं आहे."

"स्मिता तुला भेटायचं आहे."

"नाही. मी तर आता बाबाच्या ट्रीटमेंटला नागपूरला आली आहे. दोन-चार दिवस तरी नाही भेट होणार तुमच्याशी. काही रिपोर्ट येणे बाकी आहेत. मी सुद्धा तुम्हाला भेटायला आतुर आहे पण..."

"मग आता तू नेमकी कुठे आहेस?"

"हॉस्पिटलला..."

"बाबा कसे आहेत?"

"आता बरे आहेत."

"तुझ्याशी आता थोडा वेळ तरी बोलता येईल काय?

"थांबा, मी बाबा जवळच आहे. मी थोडं बाजूला जाऊन बोलते." ती अगदी हळू आवाजात म्हणाली.

"अगं बराच वेळ द्यावा लागेल तुला. तुझी काही हरकत..."

"नाही ना! बोला मी फ्री आहे."

"बरं तर मी काय म्हणतोय ते नीट ऐक. अगं तू मला मेसेज पाठविला तो गंमत म्हणून की खरंच तुझ्या मनातलं आहे ते."

"खरंच! मनातून लिहिले आहे. तुम्हाला काय वाटतंय?"

"अगं स्मिता, तुला कळते ना! तू काय म्हणते आहेस ते. खरंच तुझं माझ्यावर प्रेम जडलंय. तू माझ्यावर जीव लावला आहेस. या बावीस वर्षात तू कधीच इतकं प्रेम बघितलं नाहीस, ते प्रेम तुला माझ्याकडून मिळते आहे. असं तुला वाटतं, पण असं तुझं म्हणणं कितपत योग्य आहे. तुझं माझ्यात गुतणं खरंच योग्य आहे काय गं? काही पुढच्या भविष्याचा विचार तरी कधी केलं आहेस काय?"

"नाही जी, तसे काही नाही. तुम्ही खरंच माझ्याशी इतके चांगुलपणाने वागता, त्यामुळेच मी म्हणाली. तुम्हाला ते आवडले नाही काय?"

"अगं आवडले नाही, आवडले, हा प्रश्न आता बाजूला ठेवूया. पण खरंच सांग. तुझं माझ्यावर प्रेम आहे काय? तुझा हा निर्णय तुला योग्य वाटते आहे काय?" कलशच्या प्रश्नावर स्मिता काहीही उत्तर न देता गप्प राहिली.

"अगं गप्प का? बोल ना! अगदी मनमोकळेपणाने बोल. तुला बोलायचं आहे. तुला खूप काही सांगायचं आहे."

"हो ऐकतेय मी." तिचा सूर रडवेला झालेला.

"पुन्हा तेच रडणं, अगं तुझ्या भावना का बरं इतक्या रडण्यापर्यंत अनावर होतात, कसं समजवावं तुला?"

"नाही जी. मी कुठे रडत आहे."

"तू नाही म्हण की हो म्हण, माझं मन मला तसं सांगते आहे. तू रडत आहेस. हे सहजच ओळखू येतं."

"नाही जी. थोडं अस्वस्थ वाटते आहे, एवढंच. म्हणून असेल..." ती स्वतःला सावरत म्हणाली.

"आठवते तुला स्मिता, मी एकदा तुला गंमतीने म्हणालो होतो. तुला कोणी आवडतो काय? तुला मी दररोज बघायचा. तू एकांतात मोबाईलमध्ये रमली असायचीस. तेव्हा तू नुसतं हसली होतीस. तुझं उत्तर शून्य होतं. खरं सांगू! मला त्यावेळेसच वाटलं. मी विनाकारण तुला प्रश्न केला होता. मला ओशाळल्यागत झालं होतं. यानंतर मी तुझ्या त्या कृत्याकडे अनेकदा दुर्लक्षही केलं होतं. पण तुझ्या प्रेमभावना माझ्याप्रति असतील हे स्वप्नातही वाटलं नाही गं."

"राहू द्या जी. कशाला एवढं सारंकाही सांगता आहात." ती जणू कलशच्या बोलण्याला कंटाळून म्हणाली होती.

"त्यावेळेस तू माझ्याकडे अगदी एकसारखी बघत राहिली होतीस. खरंतर तेव्हा माझं मन मलाच अनेक प्रश्न विचारत होतं. अगदी मन बेचैन झालं होतं. तुला विनाकारण प्रश्न केल्याचा पश्चातापही झाला होता. यानंतर मी स्वतःच तुझ्याशी अशा विषयावर बोलणं टाळू लागलो होतो. अगं तुझ्याशी झालेली ओळख म्हणून मी तुला केव्हा केव्हा सुविचारसारखे मनाला समंजसपणा देणारे मेसेज ब्रॉडकास्ट लिस्टमध्ये तुझं नाव अॅड केल्याने तुला पाठवायचा. तू इतके दिवस सोबत कार्य केलेस, खरंतर तुझे फार ऋण आहेत असेच मला वाटायचे. केव्हा केव्हा तुझी आठवण यायची तेव्हा मी काही वेळा तुला फोनही केला आहे. मात्र तुझ्यासोबत असताना की नसताना तुझी ओढ अशी मनात अंकुरलीच नाही. अगं, खरं सांगू काय? तुझ्यात मला आईची, बहिणीची माया यागत आदर राहिला आहे. मात्र तू...." कलश तिच्याशी अगदी संयमाने बोलत होता. ती त्याचं बोलणं मन लावून ऐकत होती.

"नाही, तसं काही नाही जी. तुम्ही समजून घेत आहात तसं काही नाही." स्मिता कलशचं बोलणं ऐकून स्वतःला सावरत म्हणाली.

"मग तुझ्या मनातलं स्पष्ट काय ते तरी सांग ना! अग असं कोड्यात बोलण्याने स्वतःला की इतरांनाही त्रास होतो, असं तुला नाही का वाटत?"

"तुम्हाला यामुळे खरंच त्रास झाला असेल तर मी माफी मागते आहे. पण..."

"पण काय..?"

"जी, तुम्ही म्हणता ना अगदी तसेच... अगदी वडिलांची, भावाची माया तुमच्याकडून मिळते आहे असेच मला वाटल्याने मी मेसेज दिला."

"खरंच! तुझा प्रश्न, त्याची मांडणी बघ बरं! तुला ते या अनुषंगाने योग्य वाटते आहे काय?"

"राहू द्या जी! मी माफी मागते तुम्हाला." तिला एकदम रडू उमललं होतं.

"अगं रडू नकोस. रडून काय मिळणार आहे? अगं, कुठल्याही गोष्टीची चर्चा व्हायलाच हवी. तर एकदाचा मार्ग निघेल ना!"

"होय जी. मला समजते आहे..."

"स्मिता खरंच सांग, तुला काय वाटतंय ते अगदी मन मोकळेपणाने बोल."

"म्हणजे पुन्हा काय सांगू...?"

"हेच ते. मेसेज मागचे तुझे मन. तुला काय अभिप्रेत आहे ते?"

"मला तुम्ही आवडता. अगदी माझ्या बाबासारखे."

"खरंच! मी तुला वडीलासारखा असेल तर तुझं मन आणि तुझं वाटणं असं विपरीत का बरं आहे?"

"आता पुन्हा कसं सांगू जी." तिचा रडवेला सूर. कलशलाही तिच्यासोबत पुन्हा कसं बोलावं आणि कसं समजवावं? हाच प्रश्न पडला होता.

"अगं स्मिता बघ, मी तुला काय म्हणते ते आता नीट ऐक. अग मी विवाहित आहे. मला मुलगाही आहे. एवढंच नाही तर आपल्यात जवळपास दुप्पट वयाचं अंतरही आहे. तू युवती आहेस. मनाने सर्व गुणसंपन्न आणि सुंदर आहेस. हे सारेकाही गुण मला आवडतात. तू संपर्कात आल्यापासून माझ्या मनात तुझ्याविषयी फार आदरही आहे.

मी तुला अगदी हक्काने जवळचे समजून मी तुझ्याशी वागलो आहे. पण तुझ्याविषयी माझ्या मनात कुठल्याही प्रेमभावना निर्माण झाल्या नाहीत. हे ही तेवढे सत्य आहे. कारण कुठलंही असो. एक लक्षात घे. तू तुझ्या अंतरंगातून जर कुठल्या निर्णयापर्यंत पोहचत असशील तर बराचसा लांबवरचा विचार कर. अगं, तुझे जीवन असं होरपळायला नको. माझ्यामुळे तुला काय प्राप्त होणार? याची तुला चांगलीच जाणीव असेलही. कदाचित आजच्या लोकांचं वागणं, इथला अनितीपणा, कुविचारीपणा तू समाजमाध्यमातून ऐकला, बघितला आहेस. प्रत्येक पावलावर काटेच पसरलेले आहेत. कुठलाही निर्णय भावनेच्या भरात जाऊन घेऊ नये. एकदा केलेली चूक कदाचित जन्मभराचे प्रायश्चित करायला लावेल. कदाचित या तुझ्या सुंदर फुलू पाहणाऱ्या आयुष्यात केलेली छोटीशी चूक मनाला सदैव बोचत राहील. बघ, तू विचार कर. अगं, मी तुला हे का म्हणून सांगतो आहे. बरे! तू नीट समजून घेऊ शकतेस. मी कुठल्याही तनमनाचा पुजारी नाही. स्वार्थी व अप्रामाणिक तर मुळीच नाही. मला तुझ्याविषयी असलेला आदर यामुळेच बोलतो आहे." कलशने बोलता-बोलताच थांबत लांब श्वास घेतला.

"ऐकते आहेस ना! मला वाटतं, स्मिता. तू अगदी तुला साजेसा, तुझ्या जीवनाला आकार देऊ शकणारा मुलगा बघून नवा संसार उभा करावा. अगं, आज नसेलही परिस्थिती जुळून येणारी पण दुःखानंतर सुख वाट्यास येतात. ही अपेक्षा आपण ठेवतोच ना! अगदी तसंच तुझ्याही वाट्यास प्रेमानंद नक्कीच लाभेल. बघ. खूपकाही सांगितलं तुला. बराच लांबवर चालत पोहचलो. अगं बघ ना! चार किलोमीटर अंतर चालून आलोय मी. मलाही भान उरलं नाही."

"तू खूप या बाबीवर विचार कर. अगं मी तुला हे समजवण्याचं कारण तू अगदी मला जवळची वाटते आहेस म्हणून... माझ्या ऐवजी दुसरं कोणी असतं तर विचार करून बघ. स्मिता प्रेम हे भावनिक नाते आहे. तेवढेच मानसिक पातळीवर शारीरिक हालचाल करून उत्तेजित करणारी एक प्रक्रिया आहे. हवं तर त्याला तू शरीराची भूक समज. अगं ही भूक सर्वांनाच प्रिय असते नव्हेतर ती गरजही असते. माझ्या भावना, तुझ्या मनातल्या भावना कदाचित शुद्ध तात्विक प्रेमापर्यंत पोहोचल्या तरी

स्वतःला आवरणं कठीण असतं. पण तू संयमी आहेस. तुला चांगली जाण आहे. आज तुझ्यासमोर असलेले कौटुंबिक स्तरावरील प्रश्न, अडचणी यातून मार्ग काढताना तू भांबावली आहेस. कदाचित यात माझ्यासारख्याच्या ओळखीने, आधाराने की चांगुलपणाच्या गोष्टीने तुला माझ्याप्रति अशा आदरभावनेने जर सहज मनावर प्रेम कोरले गेले असेल तर नवल ते काय? हे मीही समजू शकतो. तुझ्या या प्रेमाचा मी आदरही करेन. पण याच प्रेमामुळे माझ्या व तुझ्याही जीवनात शुष्क वाळवंटागत ओसाडता येणार असेल तर...! सांग ना! काय करायचं या प्रेमाचं. स्मिता, खूप सांगितलं तुला. तू अनेक अंगानी यावर खूप विचार कर. अगं बघ ना! किती ताण आला होता मला. मी बोलून मोकळा झालो. खूप हलकं वाटतंय मला. तू सुद्धा बोलून मोकळी हो! असं भावनेला कोंडून ठेवू नकोस. मनाचे दमन करणे फार अयोग्य असते. आता मी बोलणे थांबवतो आहे. तू मनमोकळं बोल. एवढंच" कलशने लांब श्वास घेतला.

चालून-चालून थकल्यानंतर त्याने रस्त्यावरील बेंचवर विश्रांती घेतली. कलशने सांगितलेल्या चार गोष्टी स्मिता मन लावून ऐकत होती. परंतु तिची ही वेडी अवस्था, की वेड लागलेली अवस्था... तिच्या अंतरंगातून आता रडू उमलणार होते.

"स्मिता तूला आता काही बोलायचं नाही काय? बोल ना!"

"किती छान बोलता जी तुम्ही. किती इतरांना महत्त्व देत तुम्ही समजून घेता मला. खरंच असं मन, अशी माणसं मला आयुष्यात हवीत. म्हणूनच मी चूक केली असेच समजा. माफी मागते पण तुम्ही माझं झाड व्हावं. मला सावली द्यावी, असं वाटणं म्हणजे चूक असेल तर मी चूक केली समजा. मी वयाने लहान आहे. नाही समजत मला... पण... बाबा उठलेत जी. मला आवाज देत आहेत. बरं, नंतर बोलूया...! ठेवते हं फोन." स्मिताने पुढे काही न बोलताच विचार करीत फोन बंद केला.

कलश तिच्या या बोलण्यावर विचार करीत बराच वेळ तिथे शांत बसून राहिला. कुठलीशी गाडी जवळून जात होती. तिथल्या कारटेपवर वाजणारे गाणे त्याला ऐकू आले. कलशही आता ते गाणं गुणगुणत चालू लागला होता आणि डोळ्यासमोर स्मिताचा चेहरा.....

"खट्टा जरासा महसूस हुवा है
लाईफ की गाडी ने कसके मारा ब्रेक...
हो रहा है, तू कन्फ्यूज मेरे दिल
मशवरा मेरा तू आजमाके देख
यही उमर है तल्ले, गलतीसे मिस्टेक...."
***

13

"माळेन मी गजरा केसात आवडीने

पण तू प्रेमाचा होकार देत नाहीस."

स्मिताने कलशद्वारा लिहिलेल्या कवितेच्या ओळी स्टेटसवर बघितल्या. कलश उत्तम वाचक होता. एवढंच नव्हेतर त्याला कथासाहित्य वाचण्याचे वेड होते. त्यामुळेच केव्हाकेव्हा कलश कविता, लेख लिहायचा.

स्मिता नुकतीच बँकेत जॉब करायला येऊन महिना उलटला असेल. ती हळूहळू कलशच्या स्वभावाची ओळख झाल्यानंतर त्यांच्याशी फार गप्पात रमत असायची. कलशचं गोड बोलणं, इतिहासाचे मिळणारे संदर्भ, उदाहरण तर त्याचे तोंडून स्मिताला नुसते ऐकतच राहावेसे वाटायचे. असंच त्या दिवशी कलशने स्टेटसवर सुंदर गुलाबफुलासह स्वत:चे फोटो ठेवत छान काव्यओळी रचल्या होत्या.

दुपारच्या सुट्टीत स्मिताने स्टेटस उशिराच बघितलं. स्मिताला इतरांचे स्टेटस बघणे फार आवडायचे.

"काय भन्नाट कविता लिहिली जी तुम्ही." स्मिताने कलशचा स्टेटस बघून दुपारच्या सुट्टीत जेवण करताना म्हटलं.

कलश स्मिताच्या वक्तव्याने फुलला होता.

"आवडली काय तुला?"

"खरंच! अगदी मनातून आवडली."

"अगं स्मिता, लिहायचा प्रयत्न केला. सहज सुचल्यात काही ओळी. त्यातील दोन ओळी स्टेटसवर लावल्यात. अजून पूर्ण व्हायची आहे ही

कविता."

"केव्हा करणार पूर्ण. मला द्याल वाचायला. खूप उत्सुकता लागली आहे."

"काय माहित, केव्हा पूर्ण होणार. तसं पाहता ही कविता माझ्या जीवनात कदापिही पूर्ण होऊ शकणार नाही. असंच वाटतं."

"म्हणजे....!" आश्चर्याने ती म्हणाली.

"तुला नाही समजायचं. कविता म्हणजे एक अंतरंग.... मनात दडलेलं, पुरलेलं... कदाचित साहित्यिकांच्या जीवनातील गूढ असतं."

"कदाचित म्हणजे....!"

'असू दे! काही गोष्टीचे उत्तर वेळ आल्यावरच मिळत असते. असं समज."

कलशला बोलताना भावनांचा गहिवर निर्माण झाला होता. अंतरंगातील भावनांचा कोंडमारा करीत तो बोलून गेलेला. स्मितला सहज ते ध्यानात आले.

स्मितला या प्रश्नाचे उत्तर न मिळाल्याने, समाधान न झाल्याने ती निराश झाली. मात्र सर्वांच्या समोर ती उत्तर मिळण्याचा आग्रह धरू शकत नव्हती.

त्या दिवशीची ती कविता. स्मितला जशीच्या तशी आठवत होती.

"अरेच्च्या! कलशने ही कविता पूर्ण केली की नाही? आपण कधी विचारलंही नाही. त्यांनी कधी वॉट्सऑपवर टाकली नाही. खरंच, कलशच्या ह्या भावना आपल्याप्रति असाव्यात, असंच माझ्या मनाला वाटत राहिले होते. तेव्हापासून कलशची जास्तच ओढ मला लागली. मी हळूहळू त्यांचेवर जीव ओवाळू लागली म्हणण्यापेक्षा, सहजच माझ्या मनात त्यांच्याविषयी प्रेमाचे अंकुर तयार झाले होते. त्यांचे बोलणे, वागणे, विचार करणे, दुसऱ्याप्रति असणारा आदर, समर्पण, सामाजिक ओढ, कणवाळूपणा, स्वभाव, दयाभाव किती सारे गुण माझ्या हृदयात त्या एक वर्षातील काळात रूजले. कसं सांगावं, किती सांगावे? पण कलश तू असा वेडा की खुळा रे! तुमच्याप्रति मी जीव द्यायलाही तयार असलेली. मला नाही का कळत जीवनाचे तत्त्वज्ञान? तूच तर सांगितलंस... पण मी तरी काय करू? मला प्रेमाचा मोह झाला म्हण की

आणखी काही. किती साऱ्या वेदना... परिस्थितीचे दु:ख, गांभीर्य मनात असलेली मी. मनात एक सल घेऊन जगताना कलश तूच मला आधार दिलंस. जगण्याला बळ दिलंस. असं मला त्या सुरजमध्ये की अन्य कोणातही नाही दिसलं रे! म्हणूनच मी तुझ्यावर भाळली."

"मला कळते आहे. आपल्या वयातलं अंतर... तुझं वैवाहिक असणं. समाज माध्यमातील तुमची प्रतिष्ठा, कदाचित यामुळे बदनामी झाली तर...! तुम्हाला जेवढा फरक पडेल त्यापेक्षाही कितीतरी पटीने माझेही जीवन उध्वस्त होईल. नाही का कळत मला? मला तरी कुठे आहे, तुझ्या शरीराची ओढ. फक्त तुमचं माझ्याशी सावलीप्रमाणे जवळ असणं, मला मार्गदर्शन करणं, मला समजून घेणारं मन हवं रे! पुढील जीवनाला वळण देत तू माझ्या आनंदाचे झाड व्हावंस म्हणूनच मी तुला मेसेज दिला आहे. पण तुझा नकार... तुझं ते समजावणं... अरे! प्रेमात का ह्या मर्यादा असतात होय! मी कुठे तुझी बायको असेल? पण तुझी मैत्रीण तर होऊ शकते ना! पण तू म्हणतोस, मला या प्रेमओढीने कधीही बघितलं नाहीस. आई बहिणीच्या रूपात तुला मी दिसते. मी तुम्हाला वडील, भाऊ रूपात बघावं काय? नात्याची पारख जेवढी तुम्हाला आहे, तेवढीच जाण मलाही आहे..."

स्मिताचे मन रडविले झालेले. डोळ्यातून अश्रू ओघळत होते. अलगद तिने ओढणीने अश्रू टिपले. मोबाईलचं घड्याळ बघितलं. दहा वाजलेत. हॉस्पिटलमध्ये बाबा जेवण करून गोळ्या घेऊन निजले होते. त्यांना नेहमी झोपेच्या गोळ्या दिल्या जायच्या. त्यामुळे ते गाढ झोपून जायचे.

स्मिताने पुन्हा मोबाईल चॅटबॉक्स उघडला.

"सॉरी!" कलशचा अर्ध्या तासापूर्वी आलेला मेसेज.

ती विचारात एवढी गर्क झाली होती की, त्यांच्याशी मोबाईलवर चॅट करण्याचेही भान उरले नव्हते.

"गुड नाईट जी. टेक केअर... स्वीट ड्रीम..." स्मिताने मेसेज टाईप करून सेंड केला.

सांजेला कलश तिच्याशी मनमोकळा बोलून गेला होता. स्मिताच्या मनपटलावर सारंकाही उभं राहिलं होतं. त्यांच्याशी घालवलेल्या

आठवणी जशाच्या तशा डोळ्यासमोर उभ्या राहत होत्या. मन भांबावलं होतं. डोळे दुखू लागले होते. निजायची वेळही झालेली. डोकं गरगरू लागलेलं. ती खोलीत बेडजवळ गेली. थंड पाणी पिलं. बाबाकडे बघितलं. खांद्यावरील ओढणी बाजूला काढून ठेवत तिने मोबाईल उशीजवळ ठेवला. लाईट स्वीच ऑफ करीत पंख्याची गती वाढविली. ती बेडवर निजली. डोळे बंद होऊ लागलेले आणि डोळ्यासमोर कलशचे काही विचार....

"आपण एवढं पुढाकार घेऊनही स्त्रीच्या भावनेला स्पष्ट नकार देत प्रामाणिक मनाने जगणारा कलश, म्हणूनच तू मला आवडतोस. स्त्रीच्या शरीरापेक्षा तिच्या मनाला फुलविणारा कलश, म्हणूनच तू मला आवडतोस. नाही नको ना म्हणूस... अगदी शुद्ध तात्त्विक प्रेम, फक्त तूच आणि तूच करू शकतोस. यासाठीच तर मेसेज दिला मी. आता तरी माझं मन समजून घेणा रे! कसं सांगावं तुला? कसे सांगावे मनातले गूढ? कसे विषद करावे मन? तू होकार दे की, नकार दे! तूच मला आवडतो आहेस. माझं मन मी तुला अर्पण केलं आहे. या हृदयाच्या गाभाऱ्यातील प्रित तुला वाहिली आहे. कित्येकदा कागदावर रेषा ओढताना तुझ्या नावा समोर सौ. स्मिता म्हणून नाव जोडले रे! तू कदापिही नाही होणार प्रत्यक्षात माझा नवरा पण तू जिवाभावाचा मित्र तरी होना रे! मी जन्मभर तुझं ऋण विसरणार नाही. पुढे कितीही दुःख आले तरी हिंमतीने सामोरे जाईन. कितीही सुखे आली तरी तुझ्या सहकार्याचे ते देणं असेल. म्हणून मी तुझी आजन्म ऋणी असेन. फक्त तू मला प्रीत द्यावीस अंतरंगातून. मला स्वीकारावं मनातून... या दुनियेच्या नजरेत लपून असलेलं ते प्रेम... माझ्या एकतर्फी प्रेमाला स्वीकारणारं मन हवं... नाहीतर मी अशीच पुढं कुढत जगेन रे! तुझ्यामुळे जगणं सोपं होईल, तू स्वीकारशील तर...! नाहीतर माझं हृदय केव्हा बंद पडेल याचं उत्तर नाही देऊ शकत मी. कदाचित मी स्वतः ते जीवन ओढवेन. नाही सांगू शकत मी. याला जबाबदार तूच असशील. मला ठाऊक आहे तू गुन्हेगार नाहीस, पण माझ्या प्रेमाला नकार देणारा माझ्या नजरेतील गुन्हेगार नक्कीच आहेस."

"राजा, मी तुझीच आहे रे! राजा, मी तुझीच आहे, फक्त तू...." स्मिताने झोपेत पानावलेले डोळे पुसत कूस बदलविली. डोळ्यात झोप येत होती आणि मनात कलशच्या प्रेमाप्रति काही ओळी ती मनातच जुळवित राहिली.

"मला माहित आहे,
तू माझ्या नशिबात नाहीस...
तरीपण तुला देवाकडे
मागायला खूप आवडतं....
मला माहित आहे,
आपण कधीही सोबत येऊ शकत नाही
तरीपण, हे स्वप्न बघायला खूप आवडतं
मला माहित आहे,
मला काहीही हक्क नाही
तरी तुझी काळजी करायला खूप आवडतं
जगता जगता तुझ्यारूपाने
आयुष्याचं सार भेटून गेलं
तुझ्यासाठी जगीन म्हटलं
पण तसंच राहून गेलं....
लव यू टू मच... माझ्या सोनपाखरा...
मला तुझी सोनूली व्हायला आवडेल."

मनात अनंत काळजातून प्रसवणाऱ्या ओळी, कलशच्या आठवणीचा गंध... ती निद्राधीन होत असलेली स्मिता... पुन्हा तिच्या मनात रुंजन घालणारे गोड गीत....

"जरा सी दिल में दे जगा तू...
जरा सा अपना ले बना
जरा सा ख्वॉबो में सजा तू
जरा सा यादों में बसा
मै चाहू तुझको, मेरी जा बे पनाह
फिदा हु तुजपे, मेरी जा बे पनाह....."
***

14

स्मिताला समजाविल्याने कलशच्या मनावरील ताण फार कमी झाला होता. स्मिताचं मन असं वेड्यागत वागतंय. ती तरुण आहे, सारासार विचार न करता ह्या वयात अशा चुका होणं स्वाभाविक आहे. असेच त्याला वाटत होते. त्यामुळेच कलशने तिला खूप समजावले. तेवढंच स्वतःप्रति परावृत्त केलं. याचं कलशला समाधान वाटत होतं

रात्रौ तो बराच वेळ तिच्या विचारात गुंतला होता. त्याला आजवर स्मिताशी घालवलेले दिवस आठवीत राहिले.

"अरेच्च्या! आपण करियर, परिस्थिती, कुटुंब यात इतके गुंतलो की, असं आजच्या तरुणाईसारखं प्रेम करायला वेळच मिळाला नाही. मनात असूनही आपण प्रेमवाटेवर पाऊल ठेवलं नाही. आपलं अरेंज मॅरेज झाल्यानं कुटुंबप्रीत एवढाच उद्देश ठेवून आपण त्यालाच प्रेम म्हणत आलोय. आता संसाराचं राहाटगाडगं इतकं समोर आलंय की, पती-पत्नीचं नातं आपण फक्त समोर हाकतोय. आपण कधी दोघेही इतकं मन लावून गुंतलोच नाही. याच बाबीला आपण प्रेम समजत बसलो. खरंतर प्रेमाची भाषा, वागणं, बोलणं किती वेगळं असतं ना! अगदी सिनेमात दाखवितात तसं, आपण जीवनात हरलो नसेलही पण आपण प्रेमाला पारखूही शकलो नाही. ही स्मिता किती वेडी आहे. शक्य नसतानाही आपल्यावर जीव ओवाळते आणि माझी सीमा सोबत असतानाही फक्त 'बायको' म्हणून जगते. यात कुठलं आलं प्रेम. आदर आहे पण ते कौटुंबिकरुपी रुसवे-फुगवे, ईच्छा-आकांक्षा हे सारंकाही आहे पण आपलं मन याला प्रेम म्हणेल काय? निव्वळ कृत्रिम प्रेम आहे

आपलं, सुमाशी"

"आणि स्मिता, होय! अगदी नैसर्गिक प्रेम वाटतं नाही का? जणू ते सहज जुळून आलेलं. नकळत तिला झालेलं. बिचारी स्मिता... कसं होईल तिचं पुढं? काय आहे तिच्या भविष्यात? कुणास ठाऊक. पण आपण तिला आधार द्यायला हवा. तिची मानसिक स्थिती सांभाळायला हवी. पण कसे? अरेच्च्या! आपण तिच्या मनाविरुद्ध बोललोय म्हणून तिने स्वतःला न सावरता काही मनाला लावून घेत वेडीवाकडी वागली तर! नाही, तशी ती समजदार आहे. नाही वागणार."

"अरेच्च्या! आपण किती तिचा विचार करतो आहोत. खरंच तिच्याविषयी आपल्या मनात ओलावा आहे, यालाच प्रेम म्हणायचं काय? प्रेम अगदी निस्सिम शुद्ध भावाने होतं. आपलेही भाव तसेच. आपल्याऐवजी दुसरा तरुण असता तर! आजकाल इतर लोकांची प्रेमप्रकरणं, उदाहरणं आपण बघतो. काय असतं त्यात? निव्वळ शरीराची, मनाची भूक भागवण्याचे साधन म्हणजे स्त्री. तिच्याप्रति आकर्षण आणि त्यातलं गुतणं... खरंच, असं प्रेम कोरडं नाही काय? पण लोकांना हेच पटतं आहे? खरंच! स्मिता तर समजदार आहे. तिचं वाढतं वय, आपल्या जवळच्या मित्र-मैत्रिणींना बघून ती रोमांचित, उत्तेजित होत नसेल तर नवलच! तिलाही कुठलं प्रेम हवं असेल? आपण तिला कुठलं प्रेम देऊ शकतो?"

"छे! मी किती वेडा आहे. बघा, आजपर्यंत स्मिताचा विचार कधीही मनात न आणलेला मी माणूस. आज तिच्या आठवणी पाठलाग सोडत नाहीत. खरंच! आपण आता तिच्यात गुंतत आहोत काय? कसे वागावे, कसे जगावे आपण? चला, रात्र बरीच वाढते आहे. पण झोपही येत नाही. आपण तिला 'सॉरी' म्हटले. ती ऑनलाईन नव्हतीच. तिचा पुन्हा काही मेसेज.... अरेच्च्या! आपण किती मनाने तिच्यात गुंतत आहोत. स्मिता काळजात, मनात हे नाव कसे घर करून बसले आहे."

कलशने पुन्हा हातात मोबाईल घेतला. चॅटबॉक्स ओपन केला....स्मिताचा मेसेज...

"गुड नाईट जी. टेक केअर, स्वीट ड्रीम."

"अरेच्च्या! किती काळजी या पोरीला, गोड स्वप्न बघणारी, नि बघायला लावणारी मुलगी. किती गुणी, समजदार, समजून घेणारी, कृतज्ञता व्यक्त करणारी. सारंकाही कौटुंबिक कार्य सांभाळत कुटुंबाला जपणारी, किती बळ एकवटलं तिने मनात. स्वतःचे दुःख पुरून ठेवत किती स्मित हसते ती. खरंच! ही स्मिता सुमाच्या रूपाने आपल्या जीवनात आली असती तर! होय, आपलं जीवन यापेक्षाही वेगळं असतं. होय! आनंदाचे झाड... ती म्हणाली ना तसंच."

"पण स्मिता, खरंच असायलाच हवी होती आपल्या जीवनात. अरेच्च्या! आपण किती गुंतलोय. खरंच, शक्य आहे काय हे? ही आपली जीवन वाट बरीच समोर गेली आहे. आपण तिच्यात गुंतणं म्हणजे तिची फसवणूक करणे होय. होय! सुमाची आणि तिचीपण... दोघींचीही फसवणूक... किती विलक्षण वागते ना स्मिता, खरंतर तिचे मधाळ डोळे, तिचं शांत संयमी वागणं, गोड बोलणं, आपल्या भावना, मन किती समजून घेत राहिली ती. कधी आपल्या लक्षातच आलं नाही. कसे येणार? आपण तर इतर पुरुषासारखे स्वार्थी व्हायला नको. नको हे स्वार्थ. आपल्याला तिच्याविषयी आदर नक्कीच आहे. ती फार गुणी मुलगी आहे. आपण तिला न समजाविता प्रेम प्रवाहात वाहून जाणं म्हणजे आयुष्याची राख रांगोळी करणे होय. किती अविवेकीपणा असेल तो..."

"विवेक, अविवेकपणाच्या गोष्टी आपण कसे करतो आहोत. खरेतर आपलंही मन हळवं आहे. अगदी तिच्या मनागत... स्मिता कशी अगदी क्षणात रडकुंडीस येते. भावनेत गुंतून जाते. आपणही अगदी तसेच आहोत. कुणावरही अन्याय झाला, कुणाला मदत लागली तर आपण शक्य होईल तेवढी मदत सहकार्य करतोच ना! आपल्या मनाला यातून आनंद मिळतो. आपणही स्मिताला काही प्रसंगी सहकार्य केले, म्हणून की काय ही मुलगी आपल्यात गुंतली."

"आपण स्मिताला खूप छान समजावले. कदाचित स्मिताचा पुढे जीवनाकडे बघण्याचा दृष्टिकोन तरी बदलेल. पुढचं आयुष्य तरी सुखकर जीवन जगेल बिचारी."

"अरेच्च्या! आपण तिला बिचारी म्हणालो. नाही, एवढीही ती कमकुवत नाही. फक्त तिला परिस्थितीशी संघर्ष करावा लागतो आहे. आज ना उद्या तिचेही दिवस पालटतील. नक्कीच, विश्वास वाटते आहे."

"आज स्मिता डोळ्यासमोर तरळते आहे. तिच्याप्रति पुन:पुन्हा आस्था निर्माण होते आहे. किती वेळापासून आपल्या पापण्या बंद आहेत. पण ती मेंदूतील विचारात गडून मला जागं करत आहे."

"होय, स्मितानें किती सुंदर मेसेज दिला आहे. किती छान वाक्यरचना आहे. अगदी अंतरंगातील गूढ भावनाच त्या. मला तिच्या सर्व प्रश्नांची उत्तरे फोनवर देता आली नाही. खूप काही बोलायचं होतं, पण मर्यादा येतात. उद्या पुन्हा आपण करूया का कॉल? तिचं मत जाणून घेऊ. तिला पुन्हा तिच्या प्रश्नाचे उत्तर देऊया..."

"खरंच तिचं मन आपल्या प्रेमातून परावर्तित होईल काय? कसं असेल तिचं मन? किती मनाला लावून घेतले तिने. पण... माझ्या डोळ्यासमोर अजूनही स्मिता तरळते आहे. काळजात घर करून बसली आहे. काय करावं? कसं वागावं? काहीच कळेना... व्हॅलेंटाईन डे च्या दिवशी तर चक्क आपण मनाने कोसळलोच होतो. स्वतःला सावरावं तरी कसं? खरंतर स्मिताला बघून आता आपलं मन बदलते आहे काय? तिला प्रेमाची गरज आहे. मग आपण ती पूर्ण करावी काय? कसे जमेल आपल्याला. आजकाल कुठे निस्वार्थी प्रेम असतं आणि ओढ म्हणजे तरी कशी? स्मिता सुंदर आहे. किती गोड दिसते ती. तिचं हसणं किती लोभसवाणं आणि बोलण्याची लकब तर... कोण कोण भाळले असतील तिच्यावर? पण ती चक्क आपल्यावर भाळली. किती नवल नाही काय? खरंच, आपण काय एवढे सुंदर आहोत? की कसे? काय म्हणून तिला आपण जवळचे वाटतो आहोत. तिलाच विचारावं लागेल."

"माझे मलाच हसू येत आहे. आपणही त्या वयात एका मुलीवर भाळलो होतो. हं! काय नाव होतं तिचं. होय, शालू. तिच्यावर तर आपण बऱ्याच कविता लिहिल्यात. पुढे खूप वाचनवेड लागलं. पण ती कुठे मिळाली आपल्याला? पुढे कळलं की अगोदरच कुणावर तरी प्रेम करते आहे. मात्र आपण वर्षभर तरी तिच्याशी ओळख व्हावी, तिच्याशी बोलावं

म्हणून अगदी जवळ जाण्याचा प्रयत्न केला होता. सारा वेळ आणि खर्च वाया गेला होता. स्मिता तर तिच्यापेक्षा गुणांनी, रूपाने सरस आहे. शालूची आठवण नकळत झाली स्मितामुळे. पण आता आपण संसाराच्या चक्रव्यूहात गुरफटलो आहोत. प्रेमाला कुठे तसं वय आणि बंधन असतं. पण या चक्रव्यूहाला भेदणे किती कठीण आहे. अभिमन्यू युद्धाच्या चक्रव्यूहात लुप्त झाला होता पण या कलियुगात आपण प्रेमाच्या चक्रव्यूहात नष्ट व्हायचे काय? नाही... उद्या बोलूच पुन्हा तिच्याशी."

बराच वेळ कलशच्या मनात तिचे विचारत रेंगाळत होते. झोप येण्याची ती वेळ. कलश विचार करीत अखेर निजला होता आणि स्मिताच्या आठवणीत त्याच्या मनात एक गीत रेंगाळत राहिले.

"दो लब्जो की दिलकी कहानी,
या है मुहब्बत, या है जवानी...
ये कष्टीवाला क्या गा रहा है,
कोई इसे भी याद आ रहा है
किस्से पुराने, यादे पुरानी,
या है मुहब्बत, या है जवानी...
इस जिंदगी के दिन कितने कम है
कितनी है खुशिया और कितने गम है
लग जा गले से...."
***

15

ऑफिसात कलशचं मन लागत नव्हतं. कलशची तब्येत आजही बरी वाटत नव्हती. स्मिताविषयी विचारांचे थैमान वारंवार मनात रेंगाळत होते. घरून निघताना रस्त्यात थांबून कलशने स्मिताला कॉल केला. पण कॉल बराच वेळ वेटिंगवर होता.

'पॅथॉलॉजीची तपासणी सुरू असल्याने नंतर बोलू या.' थोड्याच वेळाने तिने मेसेज रिप्लाय केला.

कलशचे मन हिरमुसले होते. आज सुट्टी घ्यावी असंच वाटत होतं. 'मात्र सुट्टी काढूनही घरी जाऊन डोकं गरम करण्यापेक्षा इथेच राहिलेलं बरं!' त्याच्या मनात आलं. ऑफिसमध्ये गर्दी तर नव्हतीच. नेहमीची चार-दोन ग्राहक तेवढी... 'दुपारी एक वाजता लंच होणार तेव्हा बोलूया... कदाचित स्मिता मोकळी झाली तर तीच कॉल करेल. तिला लंच टाईम ठाऊक आहे.' त्याच्या मनाला वाटून गेलं.

कलशनी मोबाईल काढला. कॉम्प्युटरवर वॉट्सअप वेब सुरू केला. कामे करता-करता चॅट करणे, मेसेज पाठविणे सोपं व्हायचं.

बऱ्याच वेळाने दुपारला स्मिताचा मेसेज आलेला. कलश एकटक बघत वाचत राहिला.

'वाह! किती सुंदर लिहिले. अगदी मनातून...' कलशनी कवितेच्या ओळी वाचल्या. जणू पापण्या ओलावून अश्रू ओंघळलेल्या क्षणात तिने केलेली ती कविता होती.

"मला माहित आहे
तू माझ्या नशिबात नाहीस...

...तुझ्यासाठी जगावं म्हणतो
पण तसंच राहून गेलं...”

खरंतर कलशला आता काहीएक सुचत नव्हतं. तिचा जीव कलशमध्ये एवढा गुंतला होता की, ती आता त्यातून बाहेर पडणं अशक्य होतं. स्मिता ऑनलाईन दिसली. लगेच कलशने मेसेज सेंड केला.

“कॉल करू काय? फ्री आहेस...”

“हं, करा ना! मी वाट बघते आहे.”

“ओके. वेट फाईव मिनिट. लंच टाईममध्ये करतो.” कलशने कॉम्प्युटर ऑफ केला. डबा घेऊन आतमधल्या रूममध्ये नेऊन ठेवला. हातात मोबाईल घेऊन तो कार्यालयाच्या बाहेर झाडाखाली एकांतात आला होता. त्यांनी तिला कॉल केला. रिंग जात होती.

“बोला ना!” स्मिता अगदी आनंदाने कलशला म्हणाली.

“काय म्हणते बाबाची तब्येत?” कलशने बाबापासून सुरुवात केली होती.

“तब्येत बरी आहे जी. इथे चेकअपला आणलं होतं. पॅथालॉजी रिपोर्ट यायला दोन दिवस पुन्हा वाट पाहावी लागणार आहे म्हणूनच डॉक्टरांनी थांबवलं आहे. दोन दिवसात मिळेल सुट्टी. येणं-जाणं पण इतक्या लांबवर कुठं परवडणार? म्हणून इथेच भरती ठेवलं आहे.”

“तू एकटीच आहेस, त्यांच्यासोबत...”

“हो ना! दादा कामात असतो. तो कसा येणार? मलाच राहावं लागतं सोबत.”

“बरं काळजी घे. काही मदत लागल्यास सांग. संकोच करू नकोस.”

“नाही, सध्या तरी काही गरजेचं नाही. सगळं निभावत आहे.”

“बरं, ठीक आहे तर..!”

“पण... तुम्ही फोन करण्याचं कारण नाही सांगितलं. लगेच फोन ठेवता आहात काय?”

“नाही गं, तसं काही नाही. सहज तुला कॉल केला.”

“हो काय? मला वाटलं काही विशेष बोलायचं असेल तुम्हाला. मीच तुम्हाला कॉल करणार होती पण तुम्ही कामात असता म्हणून टाळले.”

"अगं, काल तुझ्याशी बोललो ना! तू काय विचार केलास? तुला पटली काय माझी भूमिका?"

"न पटायला काय झालं? तुम्ही मला चांगलं तेच सांगता आहात म्हणूनच तर तुम्ही मला आवडता आहात."

कलशला तिचं उत्तर बघून पुन्हा डोकं गरगरायला आले.

"आजकाल तू कविता पण लिहितेस काय?"

"नाही जी. हा पहिलाच प्रयत्न मी करून बघितली. तुम्हाला आवडली काय?"

"कुणावर लिहलीस ही कविता? मला फारच आवडली."

"तुम्हाला आवडली ना! मग तुमच्यावरच समजायचं." स्मिता हसून बोलली होती.

"अगं स्मिता, तू वेडी तर नाहीस. आणखी किती स्पष्ट बोलू... तू समजून तर घे!"

"हो ना! मला समजते आहे. मी कुठे तुम्हाला काही बोलली. तुम्ही मला आदरस्थानी आहात. माफ करा, तुम्हाला चुकीचे वाटत असेल तर....!" तिचं मन रडवेल झालं होतं.

कलशच्या लक्षात आलेलं. तिच्याशी पुन्हा कसं आणि काय बोलावं? हेच त्याला सूचेना.

"अगं स्मिता, अशी पुन:पुन्हा रडवेली होतेस. कळतेय मला. तुझा गहिवर समजतो. पण तूच विचार कर. तुला या बाबीने काय परिणाम होतील, ते सारंकाही समजून तू घेऊ शकतेस. अगं, तू खूप छान आहेस. कदाचित..."

कलश बोलता-बोलताच थांबला होता. त्याने दीर्घ श्वास घेतला. त्याला थोडं बरं वाटलं.

"हं बोला ना! काय झालं? कामात असाल तर ठेवू फोन?"

"अगं नाही... मी बोलतो आहे. थोडं थांब. सुरूच ठेव. मी पाणी पितो."

कलशने पुन्हा आत जाऊन पाणी घेतले. तोपर्यंत ती त्यांच्या बोलण्याची वाट बघत राहिली.

"स्मिता, आता बरे वाटते आहे. अगं थोडं अस्वस्थ वाटत होतं. खरं सांगू काय? तुझ्या त्या मेसेजपासून मी सारखा चिंताग्रस्त झालो आहे.

माझे मलाच कळत नाही. तुझ्याबाबत कधी मी एवढ्या आत्मियतेने विचार केला नाही. पण खरेच सांगतोय. रात्रौ सारखी तू कितीतरी वेळ डोळ्यासमोर होतीस. अचानक माझ्यातही असा बदल जाणवू लागला आहे. आता तर असं वाटते आहे.... हॅलो, हॅलो... काय म्हटलं? कॉल डिस्कनेक्ट झालाय काय?"

"नाही बोला ना! ऐकतेय मी. आता कसं वाटते आहे तुम्हाला, तब्येत तर बरी आहे ना!"

"अगं, तब्येत बरी आहे. पण मन मात्र तुझ्या विचाराने पेटलं आहे."

"म्हणजे...? तुम्ही असं साहित्यात, कोड्यात नका बोलू. मला नाही समजत."

"अगं, तुझ्या या प्रकारामुळे मी विचाराधीन होत मनाने खूप खचलो आहे. तुला पुन्हा काय नि कसं सांगावं? मलाच प्रश्न पडतो आहे. बघ ना! आता तुझ्याशी काय बोलावं? ते पण सुचत नाही आहे."

"एवढा क्लिष्ट विचार कशाला करता जी. मनाला लावून घेऊ नका. 'मी सहज तुमच्यावर जीव ओवाळला,' असं म्हटलं, म्हणून काय एवढं मनाला लावून घेता आहात. मी कुठे तुम्हाला काही वावगं बोलत आहे. तुम्ही मला अगदी आता वडीलभावाप्रमाणे भासणार आहात. तुम्हीही मला समजून घ्या."

"अगं, कशी गं तू. बघ, तुझा तो मेसेज. त्यात तू केलेले अनेक प्रश्न आणि पाठवलेली ती कविता, त्यातील आशय. समजले ना तुला! किती विसंगत तुझं बोलणं, वागणं. खरंतर तुझं मन संदिग्न आहे की काय? तुला नेमकं काय हवंय? तुला नेमकं काय हवंय ते पक्कं मनातून सांग. असं रडत कुढत बसण्यापेक्षा सरळ स्पष्ट संवाद साधलेला बरा." कलशच्या बोलण्यावर ती पुन्हा विचारार्थ झालेली.

स्मिता अगदी गप्प राहिली होती.

"अगं बघ ना! मीही पुरुष आहे. माझी परिस्थिती आणि मी... तुला सर्वकाही ठाऊक आहे. कुणाच्याही भावना, मन सारखं नसतं. मघाशीच म्हटल्याप्रमाणे... मी रात्रौपासून तुझाच विचार करतो आहे. आता तर वाटतय की खरंच माझं मन तुझ्यात गुंतत चाललंय. बघ ना! आजतागायत मी तुला कधीही इतक्या प्रेमभावनेने बघितलं नाही. पण

आता माझ्याही मनात जणू तुझ्याविषयी प्रेमांकुर फुलू लागले आहे. माझं मन असं किती चुकीचे विचार करते आहे. यावरून तूच विचार कर. माझ्याऐवजी दुसरा कुठलाही पुरुष असता तर...! कसा वागला असता? अगं मनातील प्रेम म्हणजे फक्त शरीराचे आकर्षण असते. त्याही पलीकडे बघशील तर मानवाची शारीरिक भूक असते. मनाचे दमण कुणीही करू नये. मनाचे दमन झाले की त्याचे शरीरावर, मनावर फार विपरीत परिणाम होतात. हे सुद्धा तू लक्षात घे. कुणी जबरदस्तीने प्रेम मिळवू शकत नाही. कळते ना तुला! मला काय म्हणायचे आहे ते!" कलश बोलता-बोलताच थांबला.

"किती गोड बोलता तुम्ही. मला तुमचंच ऐकत रहावसं वाटते. किती छान समजून घेता तुम्ही मला."

"अगं, तुला पुन्हा काय सांगू? आज या दुनियेतलं प्रेम निस्वार्थी कधीच नसतं आणि असलं तरी ते पुढे शारीरिक ओढीला स्वीकारत समोर जातं, त्यात गुंतून पडतं. मनाचा मोह कुणालाही आवरता येत नाही. अगं, मनाचं प्रेम म्हणजे कुठे साधा खेळ आहे काय? आपण एकमेकांवर जेवढं प्रेम करू तेवढं प्रेम निभावता येणे, एकमेकांच्या सुखदुःखात सहभाग देणे, समजून घेणे, सोबत करणे, त्यातून जीवनाचा मार्ग काढणे म्हणजे प्रेम होय! एवढं सारंकाही प्रेमात येतं. मग तूच सांग ना! खरंच मी जर तुझ्यावर कालपासून आलेल्या ओढीने जर का प्रेम केलं तर खरंच मी हे सारं निभावू शकेन काय? सांग ना! अगं तू तर वयाने लहान आहेस. आता कुठे तू वयात मोहरून येते आहेस. मी तुझ्यापेक्षा जास्त पावसाळे बघत खाचखळग्याच्या वाटा, दुःखाचे चिखल तुडवले आहे. खूपकाही मनातून अनुभवलं आहे. चांगलं, वाईट याची छान जाण मला आली आहे. म्हणूनच तुला वारंवार सांगतो आहे." कलश थोडं दीर्घ श्वास घेत थांबला होता.

"प्रेम म्हणजे शारीरिक भावनेतून ओतप्रोत होत जगणे नव्हें. प्रेम म्हणजे मनाला वाटेल तसे नुसते बघणे, हसणे, भेटणे, बोलणे, खरीखोटी आश्वासन देणे म्हणजेही प्रेम नव्हे. अगं, प्रेम ही भावना खूप शुद्ध तात्त्विक आहे. पण आज कोण समजून घेतोय? राधेचं कृष्णावरील प्रेम, इतिहासात उदाहरण येतो. मला नाही ठाऊक, मी नाही बघितलं त्यांचं

प्रेम, पण ते प्रातिनिधिक उदाहरण घेत समोर जाऊया...! विठ्ठलाशी आजन्म सोबत विटेवरी उभी असलेली रुख्माई, आपण प्रतिमेत बघतो ना! खरं सांगू काय? यातून तुला प्रेमाची प्रचिती घेता येईल. अगं, हिर-रांझा, लैला-मजनू, एक दुजे के लिए कितीतरी सिनेमाची नावे त्यातील ते प्रेमपात्र तू बघितले की नाही ठाऊक नाही मला, पण यातलं प्रेम हे एक सर्वोच्च मनाच्या पातळीवर निस्सिम शुद्ध असल्याचेही जाणवेल. पाण्याप्रमाणे स्वच्छ, स्पटिकाप्रमाणे निस्पृह, आरसपाणी ताजमहालासारखं मनमोहक असे जे काही म्हणतो ना, अगदी तसेच मनाचे भाव असायला हवेत. नुसतं मनापासूनही प्रेम आहे म्हणून चालणार नाही तर ते जीवन अंत:पर्यंत अगदी निर्मळ मनाने दोघांनीही राग-लोभ, द्वेष, मत्सर, मोह या बाबीला टाळून जगले पाहिजे. खरंतर प्रेमाचा आनंद घेता आला पाहिजे नव्हेतर त्यासाठीच दोघांचेही मन एकमेकाप्रति आजन्म समर्पित राहिलं पाहिजे. असं मला वाटते आहे. मी हे तत्त्वज्ञान नाही सांगत आहे. तूच सांग. तुला यातून माझ्याकडून एवढं गुणत्व प्राप्त करता येईल काय? नाही ना! उत्तर 'नाही' असेच असेल. अगं, मी तरी कुठे या शुद्ध प्रेम कसोटीला पुरून उरणार आहे काय? मी तर माझ्या जीवनात कक्षा सोडून फार समोर गेलेला आहे. माझ्यातलं एखादं वा दुसरं तिसरं गुण तुला आवडलं असेल म्हणून तुझ्या मनाचं हे माझ्याप्रति समर्पण आहे असं समज. पुन्हा सांगतोय स्मिता, लंच टाईम ऑफ होतो आहे. पुढे आणखी बोलूया..."

"जी, मी ऐकते आहे. बोला ना! छान वाटतं. कदाचित मी उद्या परतेन तेव्हा तुम्हाला भेटायची ओढ असेल. द्याल तुमचा छोटासा अवधी मला...."

ब्रेक संपणार असल्याने कलशशी संपर्क तुटणार म्हणून ती हिरमुसली होती.

"होय, तुला भेटायला आवडेल मला. नक्कीच भेटू या! मी सतत बोलत राहावं, काहीतरी सांगावं असंच तुला वाटतंय ना! मग मी ह्या सांगितलेल्या बाबी लक्षात घे. जीवनाचा निर्णय असा घाईगर्दीत भावनेच्या आहारी जाऊन नको घेऊस. अगं, जीवन म्हणजे लांबवरचा प्रवास. यात येतं ते वैवाहिक जीवन. आपल्या संस्कृतीत विवाह हा

पवित्र संस्कार आहे. इथे व्यभिचाराला मुळीच वाव नाही. विवाहबाह्य होणारा मनाचा शारीरिक हव्यास म्हणजेच व्यभिचार होय. सांग ना! इथे पाश्चिमात्य संस्कृतीगत वागण्याला मान्यता नाही. अगं, आजही आपण 'सेक्स' या विषयावर खुली चर्चा की कुटुंबातही मार्गदर्शन केल्या जात नाही. किती बंधने आहेत इथे? तुला ठाऊक आहे सारेकाही. तू सारासार विचार कर. मन नदीच्या प्रवाहासारखं वाहत असतं. पुढे ते सागराला मिळेल एवढे निश्चित आहे. मात्र मनातलं प्रेम असं वाहून जाणार नाही याची काळजी घेतलेली बरी. मनातले प्रेम कुठल्या सागराला मिळेल हे कुटुंब ठरवतं. आपल्या मनावर नसतं ते आणि असलं तरी माझ्यात येऊन मिळायला बंधने तर सोड, कुठलीही जगमान्यता नाही. मग सांग? कसे प्रेम करणार माझ्यावर? आणि मी तरी कसं प्रेम करणार तुझ्यावर? अगं, होरपळण्याशिवाय काय दुसरा पर्याय आहे इथे. स्मिता, पुन्हा सांगतोय. हजारदा जीवनाच्या लांबवरच्या प्रवासाचा विचार कर. एक चूक सर्वस्वी जीवनाचा अंत सुद्धा असू शकेल, तुझ्या आणि माझ्याही..." कलश पुन्हा बोलताना थांबला.

"स्मिता, मी बरंच बोलून गेलो आहे. अगं वेळ संपला माझा. आता नाही बोलू शकणार. कदाचित पुन्हा नंतर केव्हातरी बोलूया... भेटूया... आणि हो तुझे ते प्रश्न मला खूप सतावत आहेत. त्यांची उत्तरेही तुला देणं माझं कर्तव्य आहे. मात्र तुला याकरिता वाट बघावी लागेल. मला आनंदच असेल, तुझ्या मनभावना माझ्या विचाराशी सहमत होत, माझ्यावर ओवाळलेल्या जीवाला दूर सारू शकतील. बघ, मला आपल्या मनाच्या कप्प्यातून काढून टाकावंस. तू माझ्या आठवणी पुसून टाकाव्यात. पुढे तुझं जीवन सोनरुपी होत फुलावं. आनंदाने भरावं, माझी सदिच्छा असेल. पुन्हा काय बोलू? साहेब आवाज देत आहेत. मी रजा घेतो. माफ कर. बाय. तसे कळवतोच...." कलशने कॉल कट केला.

तो कार्यालयाकडे जाऊ लागला आणि स्मिता मात्र स्तब्ध उभीच राहिली. कलशचे बोलणे तिच्या मेंदूवर आघात करीत होते आणि अगदी ओठावर एक गीत रेंगाळू लागलेले...

"अखियोंके के झरोके से, मैंने देखां जो सावरें,

बडी दूर नजर आये.... बडी दूर नजर आये....
जरा बैठी जो सोचले... मन मे तो मुस्कराये....”
***

16

सायंकाळपर्यंत स्मिताचे मन पुनःपुन्हा अधीर होत राहिलं. कलशचे तिच्यात गुंतलेले मन आता आठवणी बाहेर निघायला तयार नव्हते. कलशने खूप समजावलं. तिला समजत नव्हतं असेही नाही. पण स्मिताची ती वेडी प्रीत त्यात सामावलेली होती.

स्मिताचं मन फुलपाखरासारखं भिरभिरत होतं. वारंवार मोबाईलवर बोटे फिरत होती. काहीतरी मेसेज सेंड करावं असं तिला पुन्हा वाटू लागलेलं.

"होय, आता सायंकाळी कलश रोज फिरायला जातो. त्यांची इव्हिनिंग वाकला जाण्याची वेळ, करेल काय कॉल पुन्हा...! आपण मेसेज पाठवू या... की कॉल करूया?" तिचं मन मोबाईलकडे बघत विचाराधीन झालं होतं.

"खरंच आहे. आपण चुकतो आहोत. कलश ऐवजी दुसरं-तिसरं कोणी असतं तर त्यांनी एवढं समजावलं असतं काय? कलशच्या स्वभावात हेच तर वेगळेपण आहे. त्यांच्यातील असे शुद्धत्व भाव आपण वर्षभर जपतो आहोत, म्हणूनच आपलं मन त्यांच्यात गुंतलं. एखाद्या फुलावर फुलपाखराचे मन गुंतावे असे. कलश काहीही म्हणेल, कसेही वागेल, कसेही असोत आपण त्यांना आपल्या प्रेमाची जाणीव करून दिली बस! आपल्याला त्यांनी स्वीकारलं काय आणि न स्वीकारलं काय? अगदी मनातून आपण त्यांचेवर निस्सिम प्रेम करायचं. होय, राधेसारखं. कलश म्हणाला ना, अगदी तसंच! कलश आपला कृष्ण आहे. कलशरुपी विठ्ठलाला समर्पित व्हायचं, रुक्मिणीसारखं. बस्स!" स्मिताचं मन

अंतरंगातून स्वतःशीच बोलत होतं.

स्मिताने मोबाईलवर बोटे फिरवत कलशला मिसकॉल दिला. कलश कदाचित कुठे कामात असेल किंवा घरी असेल तर! असे समजून ती त्यांच्या फोनची वाट बघत राहिली. वॉट्सअप उघडून बघितलं. कलश ऑनलाईनही नव्हता. परत त्याला एक छानसा मेसेज सेंड केला होता.

"कलशचं मन किती प्रामाणिक आहे, नाही का? आपण पुढाकार घेऊनही, तो सारासार विचार करून आपल्याला समजावितो आहे. आपली पाऊले कुठेतरी वाट चुकत आहेत. हे किती मनातून स्पष्ट सांगतो आहे. पण आपण किती गुंतलोय त्यांच्यात. आपल्याला त्यांच्याशिवाय काहीएक दिसत नाही. खरंतर कलश प्रत्येक क्षणी कार्यालयात जवळ असताना श्वास फुलून यायचा. काय माहित? पण ही प्रक्रिया सहजच व्हायची. त्यांना बघताच मनाचा बांध फुटायचा. मी बरेचदा रडवेली व्हायची आणि आजही तसंच सुरू आहे."

"हं! कलशची वक्तृत्वशैली तर अप्रतिम. मंत्रमुग्ध होऊन मी ऐकतच राहायची. किती किती विषयाचे ज्ञान. होय, त्यावेळेस मी नुकतीच जॉबला रुजू झालेली. महात्मा गांधीजीच्या जयंती कार्यक्रमात त्या ठिकाणी केलेले ते वक्तृत्व, खरंतर मी पहिल्यांदाच त्यांच्या बोलण्यातील ओघ, लय, मुद्दे, शुद्ध मांडणी, नाविन्यता किती सारे उदाहरणे. त्यांनी प्रत्येक मुद्देनिहाय घातलेली जीवनाची सांगड. खरंतर त्या दिवशीपासूनच मी कलशवर जास्तच लठ्ठू झाली होती. कॉलेजात असताना मी इतके लेक्चर्स, इतर कार्यक्रम ऐकले आहेत पण त्या दिवशीचं त्यांचं भाषण अप्रतिम होतं."

"मला फारसं बोलता येत नव्हतं. नाही, तेवढी हिंमतही कधी एकवटली नाही. मात्र मी ती खंत कलशसमोर बोलून दाखवताच, त्यांनी मला पुढे खूपखूप मार्गदर्शन केलं. कलश अनेक कार्यक्रमात वक्ता म्हणून उभे बोलायचा. एके दिवशी बाजूच्या चौकात जयंती उत्सव आयोजित केलेला. कलशने माझ्याकडे सूत्रसंचालन दिल. खरंतर मी घाबरलीच होती. मनात खूप मोठी भीती संचारली. मी तर त्यांना नकारच दिला. पण माझ्या नकाराला काहीएक अर्थ उरला नव्हता. कलशने मला सारंकाही लिहून दिले. सांगितले. मी सगळं ऐकून घेतलं. मनाची तयारी

केली. दुसरे दिवशी अगदी घाबरतच संचालन करू लागली. सुरुवातीला भीती वाटली. पण काय माहित? कलश सोबत असल्याने कुठली हिंमत आली कळलंच नाही. अगदी मनातून घाबरत अवस्थेत केलेले ते सूत्रसंचालन इतकं अप्रतिम झालं की मला माझ्यावरच विश्वास वाटत नव्हता. खरंतर मी वापरलेल्या साहित्यप्रतिमाने कार्यक्रमात रंगत आली होती. सगळ्यांनाच माझं बोलणं आवडलं होतं."

"किती छान सूत्रसंचालन केलंस गं!"

"हं! आवडलं तुम्हाला. मी तर पुरती गोंधळलीच होती."

"अगं पहिल्यांदा तसंच भासतं. होतो पुढेपुढे सराव. आणखी हिंमत वाढेल पुढे, बहारदार बोलता येईल तुला. फक्त गरज आहे समोर येत हिंमतीने बोलण्याची." कलश माझी स्तुती करीत मला प्रबलन देत राहिला.

"सच कहूं! आपने तो एक गुंगी को बोलना सिखाया है!" मी अगदी सहजच कलशला बोलून गेली. 'तेव्हा त्यांच्यामध्ये मी अंतरंगातून झाकोळून बघितलं. मनात फार उर्मी दाटून आली होती. सारखं त्यांच्याकडे बघतच राहावसं वाटत होतं. मात्र कलश नुसतं माझ्याकडे बघून हसला होता.'

'ते हसणं, बोलणं, त्याचे विविध रूप, त्यांच्याशी घालवलेला कालावधी किती किती लोभसवाणं. मी त्यांच्यात गुंतण्याचा, त्यांच्या मोहात पडण्याचा काळ, असे कित्येक क्षण आठवत आहेत. तेव्हापासून तर आतापर्यंत सारखं वाटू लागलं, आपलंही कुणीतरी असावं. आपली आस्थेने विचारपूस करणारे मन, आपल्याला सावरणारे मन, जपणारे मन, आपली काळजी घेणारे मन, मनातलं समजून घेणारे मन, बघताक्षणी मनातलं ओळखणारं मन, हे सारंकाही कलशमध्येच मला दिसू लागलं होतं. कलशला दिसताक्षणी मिठी मारावी एवढी ओढ, सहजच त्यांच्यात कशी, किती गुंतली ते कळलंच नाही. वाटतं, कलशने यावं, हळुवार केसावरून हात फिरवून मला आपलंस करावं. त्यांच्या मिठीत जात आकाशाला कवेत घ्यावे. जीवाला जीव लावणारं कलशचं मन मला मिळावं. सुखदुःखात कोणीतरी सोबत असावं असंच वाटतंय, तेव्हा फक्त कलशचा पर्याय समोर येतोय. कलश तू माझाच आहेस.

हातात हात घालून प्रीतीची साथ द्यावीस एवढंच वाटतं.

"मला त्यादिवशी राहावेना, बराच वेळ विचार करीत राहिली. कलशचं काव्यमन जणू माझ्यात अवतरलं होतं आणि मी चार ओळी कागदावर खरडून काढल्या. अगदी इमारतीचे मजले बांधावेत असे पुन:पुन्हा खाडाखोड करीत ओळी बांधल्या. शब्द सहजच सुचत गेले आणि मी माझ्याच लेखणीचे घरकुल बांधत राहिले.

"तेरी यादों के पीछे भागता है मन

धूप मे जलकर भी जागता है मन

कंबक्त इश्क भी कैसा गुनाह है यारों

किस्तो मे तुझसे पनाह मागता है मन!"

'मनाला काय नि कसे समजावित राहिले पण कलशरूपाने उभारलेले इमारतीचे इमले माझे नाहीत, हेच शल्य मनाला बोचणारं आहे. खरंच! आपण काय गुन्हा केला? मागच्या जन्मात कुठलं पाप केलं होतं? आज आपण या जीवन संघर्षाच्या वाटेवर स्थिरता शोधतो आहोत. मी कलशमध्ये कसे काय गुंतले ते पण मलाच न उलगडणारे कोडे. सारंकाही समजून घेताना चुकीने वागणारं माझं मन, इथून बाहेर पडू इच्छिताना, दूरवर जाताना सारखं त्याच-त्याच आठवणीत रेंगाळणारं माझं मन. मी किती दुःख सोसले यापेक्षा कलशचा विरह आज माझ्या दुःखाचा भाग बनलेला होता.'

'नको, मला फक्त कलशचा होकार हवा होता. कलश मला नाही मिळाला तरी चालेल पण त्याची साथ असल्याचा फक्त देखावाच हवा होता.'

"देखावे मी सजविले

ती बाग होती म्हणे

हृदयाला जाळणारी

ती आग होती म्हणे

अरे! गुंतलं तुझ्यात मन, सांगू कसे?

मन माझे मलाच स्वस्थ बस म्हणे!"

'काय नि काय? मनात येतं. मलाच कळत नाही. विचारांच्या कक्षा अशाच रुंदावणाऱ्या. कलशच्या क्षणाक्षणांच्या आठवणीत

रेंगाळणाऱ्या.....'

स्मिताने पुन्हा मोबाईल बघितलं. कलश नुकताच ऑनलाईन आला होता. विचारांच्या तंद्रीतून ती एकाएक बाहेर निघाली. स्मिताचा मेसेज बघून कलशने तिला मेसेज दिला.

"वेट फाईव्ह मिनिट, मी कॉल करतोय. इव्हिनिंग वाकला निघतोय...."

आपल्याला कलशशी आता बोलायला, त्यांचा आवाज ऐकायला मिळेल म्हणून ती फारच आनंदली होती. तिच्या मनात एक गाणं रेंगाळू लागलं. अगदी कलशच्या आठवणीत...

"जबसे तुमको देखा है सनम, क्या कहे कितने है बैचैन.....

पहिली नजर ने किया ऐसा जादू,

ना होश है ना, है दिल पे मेरे काबू.

ऐ सोच के घबराऊ, आशिक न बन जाऊ,

जब से तुमको मांगा है सनम, निंद है, ना मुझे... कही चैन..."
***

17

"खरंतर दुपारला स्मिताशी बोलणं अर्धवट राहून गेलं होतं. बोलायचं खूप होतं पण ती नुसती ऐकत होती. स्मिताला खूप समजाविलं पण तिच्या मनात चढलेली प्रेमधुंद नशा ही निराळीच होती. यामुळेच की काय मन पुन्हा बेचैन झालं होतं. तेवढंच मन तिच्यात ओढ लावून बसल्याचा भास होऊ लागला होता. सारखा तिचा चेहरा नजरेसमोर येत होता. माझं मन मला समजावीत राहिलं. आपण कुठेतरी चुकतो आहोत काय? सारखा प्रश्न पडत राहिला."

दुपारनंतर सुट्टी घ्यावी, पुन्हा तिच्याशी बोलावं असं कित्येकदा वाटून गेलं होतं. दुपारनंतरचा प्रत्येक श्वास, क्षण अगदी जड जात होता. कसंबसं ऑफिस आटोपून गावला पोहचलो होतो. घरची चारदोन कामे आटोपली आणि इव्हिनिंग वाकला निघालो. स्मिताचा मेसेज बघितला. तिला वेट करायला सांगितलं.

"अहो, चहा तर घ्या ना!" सुमाने घरातून निघताना म्हटलं.

"नको राहू दे! अगोदरच उशीर झाला आहे." मी उशीर होईल म्हणून टाळतच तिला म्हटलं.

तिच्याकडे एक कटाक्ष टाकला. सुमाकडे बघून मलाच ओशाळल्यागत झाले होते. मी तिची प्रतारणा करतो आहे, असाच भास झालेला. तिने चहा दिला.

"पप्पाजी, मी येऊ का तुमच्यासोबत फिरायला?" चहा घेताना सोहमने म्हटलं.

"नको. अरे, तुझ्याने नाही होणार एवढं चालणं. नंतर आल्यावर सामान घ्यायला जाऊ मार्केटमध्ये. आता नको." मी त्याला समजावीत म्हटलं.

खरंतर आता या घरातनं केव्हा बाहेर पडतो अशी स्थिती, मनाची अवस्था झालेली. चहा संपवून शूज घातले. सुमाकडे लक्ष घालत मी बाहेर फिरायला निघालो. स्मिता कॉलची वाट बघत होती.

स्मिताला फोन केला. पलीकडून तिचा गोड आवाज.

"बोला ना! केव्हाची वाट बघते आहे. तुमच्याशी बोलायचं राहूनच गेलं होतं."

"होय, मलाही तसंच वाटत होतं. मला वाटलं की तू दोन दिवसांनी आल्यावर प्रत्यक्षात भेटूनच बोलूया, असंच ठरविलं पण तुझा मिसकॉल बघून मलाच राहवले नाही म्हणून मुद्दाम कॉल करणार होतो बघ. आतापर्यंत कौटुंबिक कामात व्यस्त होतो म्हणून उशीर झाला."

"बरे, आता फ्री आहात ना!"

"होय, फिरायला निघालो आहे. हं, बोल ना! काय म्हणायचं आहे तुला." ती माझ्या या वाक्याने थोडी नरमली होती. तिला थोडी भीतीही वाटली होती.

"काही नाही जी, मला तुमची सारखी आठवण येत होती."

"अगं पण तुला एवढं समजावूनही..."

ती रडवेली, मुसमुसत रडू लागली.

"अगं रडू नकोस. काय झालं रडायला? मी काही चुकीचं वागलो काय तुझ्याशी? तुला काही चुकीचं बोललो. ते तर सांग."

"नाही जी. मला तुमच्याशी बोलताना हृदय भरून येतं. आपोआप डोळ्यातून अश्रू गळतात. मी तरी काय करू?"

"अगं, पण असं का?"

"मलाच नाही कळत." ती पुन्हा मुसमुसू लागली.

"बघ स्मिता, पुन:पुन्हा तेच सांगावं, मला नाही पटत आहे. अगं मलाही आता तुझ्याविषयी ओढ निर्माण होऊ लागली असे वाटत आहे. आपल्यावरही कोणीतरी जीवापाड प्रेम करणारं व्यक्ती असावं, आपल्याला जपणारं मन, समजून घेणारं मन असावं असं मलाही वाटते.

पण काय करणार? सांग ना! माझी ही कौटुंबिक परिस्थिती. वयाचं अंतर. खरंच सांग! मी तुझ्यावर प्रेम केले तर तुझी फसवणूक केल्याचा हा प्रकार नाही का होणार? सांग ना! माझ्यामुळे तुला कुठला गं फायदा? अगं आपल्या संस्कृतीतील विवाहबाह्य संबंधाला कुठे मान्यता आहे काय? तू तरुण आहेस, असं माझ्यावर जीव लावणे, प्रेम करणे, खरंच! तुला तरी यापासून काय फायदा मिळणार ते तरी सांग? अगं मनात प्रेम असून नाही चालत, तर या प्रेमाच्या पुढेही काही बाबी आहेत. कुटुंब, संसाराची घडी जिथं बसविता येते त्याच प्रेमाला अर्थ उरतो. नाहीतर या बाबीला व्यभिचार मानला जातो. तुला ठाऊक आहेच ना!" कलश चालता-चालताच तिच्याशी बोलत होता.

"होय, मला ठाऊक आहे पण इतकं भरभर कसे बोलता जी तुम्ही. थोडं शांत राहून हळू सांगा ना मला."

"पुन्हा कसं शांत राहून बोलू? मला असंच भरभर बोलायची सवय झाली आहे, त्याप्रमाणेच मी बोलतो आहे."

"थांबा. थोडं लांब श्वास घ्या. अगदी लांब श्वास पुन्हा घ्या. थोडं शांत रहा." कलशनी तिचे ऐकत कृती केली.

"आता कसं वाटतंय?"

"छान!"

"हं! आता अगदी मंद हळुवार थांबून थांबून बोला. मला सुद्धा अगदी छान वाटते आहे." स्मिताने कलशच्या भराभर बोलण्याची पद्धती बदलली होती.

"अगं स्मिता, आता काय बोलू? तू तुझा निर्णय सांग. तुझ्या मनाने काय ठरवलं ते तर सांग?"

"मी काय बोलू? माझं मन तुमच्यावर जडलं आहे. तुम्ही मला वडीलधारी स्थानाप्रमाणे भासता. मला तुमचा आधार, सहवास हवा आहे. म्हणूनच मी तुम्हाला मेसेज केला. मला नाही तुमच्या संसाराची राख रांगोळी करायची. फक्त तुमचा मनातून आधार हवा आहे. त्याला तुम्ही हवं तर तुमचे प्रेम समजा. एवढीच अपेक्षा आहे."

"अगं होय, माझं सहकार्य, आधार तुला भेटते आहे ना! आणखी कुठल्या पद्धतीने हवं? तेच मला कळत नाही. अगं, माझं मन तुझ्यावर

जडलं तरी मी तुला काही सहवास देऊ शकत नाही. माझ्याही काही अडचणी आहेत ना!"

"मला कळते जी...."

"मग सांग ना! इतकं सारंकाही समजून घेऊनही तू अशी वेड्यासारखी मेसेज करते आहेस. तुला तरी कळतंय ना! मेसेज मधील स्वरूप...." कलश तिच्याशी बोलता-बोलताच हसला होता.

"होय, कळते ना! माझ्या मनाला वाटले तेच तर लिहिले. पण तुम्ही त्या बाबीला द्विअर्थी करू नका. राहू द्या ना जी...! चूक झाली माझी. असेच समजा."

"अगं, तसं तू समजायला हवंस. खरंच चूक आहे ती. अजानतेपणी कळत-नकळत झालेली ती चूक आहे. पण तू केलेले प्रश्न त्याची उत्तरे अगदी मार्मिकपणे देता येईल मला. सांगू काय?" कलशने अगदी गोष्ट हसण्यावरी नेत तिला म्हटलं.

"म्हणजे! कसले काय? सांगा ना!"

"होय, सांगतोय. ऐक तर...! मी तुझा मेसेज अनेकदा वाचला. त्यावेळेस तुझ्या मनाला पडलेल्या प्रश्नांची उत्तरे मला द्यावीच लागणार, हे ठरवीत मी फार विचार करीत राहिलो. खरंतर त्या प्रश्नांची उत्तरे एकावेळेस नाही बोलून मांडता येणार म्हणून मी ती पुन्हा कागदावर टिपून घेतलीत."

"होय कां? खरंच, आता सांगा ना!"

"एवढी उतावीळ कां बर होते आहेस. सांगतो आहे ना! ऐक तर...! तू खरंच शपथेवर सांगत आहेस की, तुझ्या जीवनात कधीच तुला इतकं प्रेम नाही मिळालं आणि म्हणालीस कोण लागत होती तुमची? खरं सांगू काय? स्मिता, अगं तुला कुणाकडून काय प्रेम मिळालं, नाही मिळालं, मला नाही ठाऊक. पण मी जे काही तुझ्याशी चांगुलपणाने वागलो त्यालाच तू प्रेम समजून बसली आहेस. अगं, प्रेमाचेही प्रकार असतात. आपण सगळीच माणसं एकमेकांवर विश्वास ठेवून अनंत नातेरूपाने प्रेम करतो आहोतच ना! मी सुद्धा तुला अगदी जवळची, माझं ऐकणारी, समजून घेणारी एक गुणी मुलगी म्हणून तुझ्यावर प्रेम केलं. असं समज. पण ते प्रेम म्हणजे शारीरिक ओढीचं नव्हे बरं का? हे तू समजून

घ्यायला हवं."

"हो ना! मी तशीच तर म्हणते आहे. तुम्ही कशाला चुकीचा अर्थ काढता आहात."

"होय, त्याअर्थी तुला ते मान्य करावंच लागेल. पण तूच पुढे म्हणते आहेस, कोण लागत होती तुमची? आता सांग. आपलं नातं काय...? अगं, मी सुद्धा हे नातं नाही ओळखू शकलो अद्यापही. मला नाही सांगता येणार... पण खूप वर्षांपूर्वी मी एक कविता लिहिली होती. ही कविता म्हणजेच तुझ्या प्रश्नाचे उत्तर आहे, असं समजून घे!"

"मग ऐकवा ना! मला तुमची ती कविता." स्मिताने अगदी आनंदात कलशला कविता ऐकवण्यास भाग पाडलं."

खरंतर कलशचा प्रत्येक शब्द न् शब्द तिला ऐकतच राहावं असे वाटायचं.

"होय, ऐक तर..."

"काय माहित माझी तू कोण आहेस?
आकाशाची वीज की पावसाचं पाणी आहेस
खळखळणारा झरा की शीतलची राणी आहेस
इंद्रधनुची सप्तरंगी की सूर्यांची संध्या छाया
चंद्राची कोमलता की चांदनी रुपी माया आहेस
काय माहित माझी तू कोण आहेस?"

"अगं स्मिता, ही कविता खूप दीर्घ ओळीची आहे. आता पुरेपूर नाही आठवत, पण तू समजून घे, माझी तू कोण आहेस? याचं नेमकं उत्तर मला नाही देता येणार."

"खरंच, किती छान लिहिली जी कविता. मला ऐकायची पूर्ण."

"आता नाही आठवत. पुढे केव्हातरी डायरीतून शोधून तुला मोबाईलवर पाठवीन. मग तर झालं!"

"नक्की पाठवा हं!" स्मिता आनंदली होती.

"अगं, तू पुढे दुसरा प्रश्न करते आहेस. का केलंत इतकं प्रेम माझ्यावर? अगं, याचं उत्तर तुला पूर्वीच सांगितलं आहे. तू या बाबीलाच प्रेम समजून बसली आहेस. खरंतर, मानव एकमेकांवर विश्वास ठेवतो. आपले एकमेकांना चांगुलपणा, समजूतदारपणा, आणखी इतरही

बऱ्याच बाबीतील गुण आवडले ना की, आपण त्या व्यक्तीमत्त्वात रुढतो. या विश्वासालाच, यातील सहभागालाच तू प्रेम समजत असशील तर तसे समज. पण माझे असे प्रेम, नाही येणार तुझ्या जीवनात कदापीही उपयोगी...."

कलशने थोडं थांबत, दीर्घ श्वास घेतला होता. स्मिता त्यांच्या बोलण्यावर हसू लागली.

"सांगा ना, पुढला प्रश्न? आता मी केलेले प्रश्न मलाच आठवत नाहीत. मी कोणते प्रश्न केले ते? मी चॅटबॉक्स डिलीट केल्याने बघूही शकत नाही." ती मंद स्मित करीत बोलली.

"अरे, वा रे वा! आपणच प्रश्न करायचे अन् विसरायचे. अगं माझ्याकडे सेव आहेत सगळे. तुझे कमेंट, बोलणे म्हणून तर मी तुला सांगतो आहे. तुझा तिसरा प्रश्न ऐक ना! 'का बरे सांगितले इतके काही?' खरंतर मी तुला काय सांगितलं, तेच मला त्या काळातलं काहीही आठवत नाही आहे. कदाचित आपण सहकारी म्हणून एकत्र येताना तू माझं बोललेलं ऐकत होतीस, समजून घेत होतीस, म्हणून मी काही अनुभव व जीवनावरील उदाहरणे तुला समृद्धता मिळावी म्हणून सांगितले असेल. खरंतर चार पुस्तक वाचण्याचा हा माझा शहाणपणाच समज. कदाचित यातून तुझ्या भावी आयुष्याला महत्त्वाचं उपयोगी असं मिळालं असेल तर नक्कीच स्वीकार कर. मात्र चुकीचं असेल तर ते आपण आपलं नाही म्हणून टाकून द्यायचं. एवढं समजून घे. आता तुला वाटत असेल तर नाही सांगणार पुढे इतकं काही. समजलं." कलश हसत बोलला आणि स्मिताही त्यांच्या बोलण्यावर खळखळून हसली होती.

"किती छान उत्तर देता जी तुम्ही! म्हणूनच मी तुमच्यावर..."

"एक विचारू काय?"

"हो विचारा ना!"

"मी तुमच्याशी बोलताना केव्हा-केव्हा एकेरी बोलते यात तुम्हाला राग तर नाही ना येत!"

"अगं, कशाचा राग? मला तर उलट तुझ्या एकेरी संबोधनाने कुठेतरी आपलेपणा, घरातलं घरपण अनुभवल्यासारखं वाटतं. अगं, तुझ्या या मायाळूपणाने तर मीही तुझ्यात गुंतलो की काय? असंच वाटत आहे.

अगं, मीही माणूस आहे. मी तरी किती, कसं तोल सावरणार? सांग ना! खरंतर प्राणीमात्रात नर-मादी ही जी जोडी आहे ना, ती वास्तव शुद्ध प्रेमापेक्षाही शारीरिक भुकेला क्षमवण्यासाठीची निकड बनवून घेते. म्हणूनच मला वाटतं की, माझ्या हातून तुझ्या तरी बाबतीत चूक घडू नये. तुझी प्रतारणा होऊ नये. इतका शुद्ध हेतू ठेऊन मी तुझ्याशी वागतो आहे. पुन्हा काय नि कसं सांगू? अगं, माझ्या त्याच-त्याच गोष्टी बोलण्याने नुसता पांचटपणा होईल किंवा त्या बाबी मनात मुरल्याने खरंतर मी तुझ्यात हरवला जाईन. यातून तुला आणि मलाही पुन्हा परत वळणं कधीही शक्य होणार नाही." कलशने लांब उसासा घेतला.

"मी फारच बोलून गेलो काय गं? मलाच कळत नाही आहे." कलश हसला. स्मिताही त्यांच्या बोलण्यावर हसली होती.

कलश काही वेळ शांत राहिला. वाट चालून-चालून थकल्याने जवळच बागेतील बाकावर निवांत बसला.

"असं शांत रहा, थोडावेळ. आता तुम्हाला फार बरं वाटतंय ना!"

"होय, फार बरं वाटतंय. अगं, थकल्यासारखे झाले. पण अद्याप तुझे प्रश्न व त्याचे उत्तर नाही संपलेत ना!"

"हो ना! तुम्ही जी प्रश्नांची उत्तरे देत आहात. ती खूपच मनातून सांगता आहात. पुढचं प्रश्न, उत्तर सांगा ना! मी ऐकायला उत्सुक आहे. पण थोडं संयमी शांत राहून बोला. तुम्हाला थकवा नाही जाणवणार."

"हं! तू म्हणालीस, मला रडू का येते?"

"हो ना! तुम्ही दिसले, जवळ असले, माझ्याशी फोनवरही संवाद साधला, तरी माझं मन कनवाळू होतं. मला रडू येते. मग मी काय करू सांगा ना?"

"अगं, तू हळव्या मनाची आहेस. भावनाप्रधान आहेस. तुझं मन अगदी इतराप्रति आदरार्थी आहे, तेवढंच संवेदनशील आहे. तू यामुळेच भाऊक होते आहेस. तुला माझ्याप्रति ह्याच भावना हृदयात रुतून बसल्यात. मला कल्पना नव्हती. तू इतकं माझ्याप्रति आस्था ठेऊन जगशील. कदाचित यामुळेच तुला माझे सर्वकाही वागणे, बोलणे अगदी मायाळूपणाचे भासते आहे आणि तू त्याप्रति कृतज्ञता व्यक्त करण्यास्तव रडतेस, असंच मला वाटतं. पण तू माझ्याविषयी असं

हळवंपण आतातरी टाळायला हवे. तुझ्या मनातील सुखदुःखाचे स्वागत तू हसत करावंस. प्रसंगी कठोर मनाने जगावंस, एवढंच तुझ्याकडून अपेक्षित आहे. समजलं ना!"

"समजलं जी! तरीपण माझं मन ही कृती सहज घडवून आणते आहे. मी नाही स्वतःला सावरू शकत." स्मिता स्पष्ट मनातले भाव बोलून गेली.

"होय, ती मनाची नैसर्गिक प्रक्रिया आहे. मलाही कळतंय. तरीपण आपण संयम बाळगू शकतो ना! स्वतःच्या मेंदूला तसा आदेश द्यायचा. हळूहळू तुझ्यात बदल होईल. सहज जमेल तुला."

"हं! तुम्ही म्हणता तर करेन प्रयत्न."

"आणखी तू म्हणालीस, 'जीव नाही जडावा म्हणून तुमच्यापासून दूर जाण्याचा प्रयत्न केला तरीपण तुमचा सहवास हवाहवासा वाटतो आहे.' अगं स्मिता, आपण मनातून एखाद्याला चांगलं मानलं की त्यावर जीव लागला असे समजतो. हेच माझ्याप्रति तुझ्याही बाबतीत घडलं. याकरिता माझ्या दूर जाण्याची काय गरज? कदाचित तू अगोदर सांगितले असतेस तर यातून मी समंजसपणा देऊ शकलो असतो. अगं, यातही तुझं भाऊक मन कारणीभूत ठरते आहे. आता सहवासाबाबत बोलायचं तर 'सहवास' हा मानसिक, शारीरिक पातळीवर असतो. तू कुठल्या सहवासाबाबत बोलत आहेस, हे मी नाही सांगू शकत. पण खरं सांगू काय? आपल्यात वयाचं अंतर असलं तरी मानसिक बोलणं, चालणं, वागणं यातील सहवास यामुळे आपल्याला बऱ्याच दिशा मिळतात. खरंतर यामुळे तुझ्या आयुष्यात मदतच होणार आहे. इतर सहवासाबाबत न बोललेले बरे!"

"मी कुठे शारीरिक सहवास म्हणते आहे. मला सुद्धा तुमच्या मानसिक आधाराची, प्रेमाची गरज भासते आहे. तेवढाच तुमचा सहवास हवाहवासा वाटतो."

"अगं हो! म्हणून की काय आपण दोघेही आपल्या जीवनाला उद्ध्वस्त करू पाहतो आहोत, त्याकडे वाटचाल करतो आहोत, असे नाही का वाटत तुला? तू यावर गंभीरपणे विचार करावा असंच मला वाटतं. मी किती वेळापासून बोलतोय. अद्याप तुझ्या प्रश्नाचे उत्तर संपले नाहीत.

माझी किती परीक्षा घेतेस बघ! अगदी प्रश्न करून तू मोकळी झालीस आणि मला हा संताप."

"नाही ना! कसला संताप? सॉरी हं! बरे असू द्या. उद्याला मी आल्यावर तुम्हाला भेटणारच आहे. तेव्हाच...." स्मिता बऱ्याच वेळापासून कलशचं बोलणं एकसारखी ऐकत होती. तिचं मन फुलारून आलं होतं. सांजेच्या वेळेस घरट्यात परतणारे पक्षी, त्यांची कुजबूज, कातरवेळी पडणारा अंधार, ती वेळ तिला मनमोहक भासत होती. अगदी तिच्या मनाला फुलवणाऱ्या कलशमुळे...

"कलशही बागेतील खुर्चीवरून उठला. त्याने एका हातात छोटा दगड घेऊन भिरकावला. बागेतील झाडावरील चार-दोन चिमण्या चिवचीव करीत पळाल्या होत्या. त्याला त्या चिमण्यांची चिवचिव फारच विलोभनीय वाटली. त्यांनी पुन्हा स्मिताशी संवाद सुरू केला.

"अगं स्मिता, तसं काही नाही. मी सहजच म्हणालो. अगं मला कुठे असा थकवा येतो. तसं पाहू जाता मी खूपवेळपर्यंत सातत्याने बोलू शकतो. मी तेवढी क्षमता माझ्यात तयार केली आहे. तुझा पुढचा प्रश्न. तू म्हणालीस. 'आधी का नाही आल्यात माझ्या जीवनात?' अगं, हा प्रश्न तू किती उथळ भावनेने केला आहेस. विचार कर. अगं, कुणी कुणाच्या जीवनात येतो काय? एकमेकांचे आप्तपण जुळतात, त्याला काही घटना, प्रसंग कारणीभूत असतात. तू इथे जॉबला आली नसतीस तर माझ्याशी कुठली ओळख झाली असती काय? नाही ना! आणि मी जर तिथे नसतो तरी ओळख झाली नसती. तुला एक सांगू काय? तू एक काव्यसार ऐकलं असशील. "नशीब से पहिले, और भाग्यसे ज्यादा किसी को कुछ नही मिलता." मी नशीब, देव, धर्म नाही मानत. पण काही प्रसंग, घटना, बाबी ह्या अशाच नैसर्गिक चक्रागत आकस्मिक घडत असतात. आपली भेट, परिचय हा असाच समज. मानवी जीवनाच्या प्रत्येक वळणावर टप्प्याटप्प्याने कोणी ना कोणी जीवनात भेटतो. त्यातील मानवी रूपे अनंत प्रकारचे नातेसंबंध घेऊन येतात. त्या व्यक्तिमत्त्वात आपण रूढतो. त्यांना जपतो. ह्याच हेतूने मीही तुझ्या जीवनात आलो आहे. आता मला तू देव नाहीतर राक्षस समज. मात्र यातून आपण चांगुलपणाची दिशा ठरवू शकलो, हे मात्र खरं आहे.

कदाचित तुझ्या जीवनात आधी आलो असतो तर...! त्या नात्याला नावही वेगळं असतं. नवी वाट, रस्ते, मार्ग हे असेच आहेत. कदाचित हाच प्रश्न मी तुला प्रतिप्रश्न म्हणून केला तर! काय उत्तर असेल तुझ्याजवळ? सांग ना!" कलशने उलट तिला प्रश्न केला. ती क्षणभर स्तब्ध राहिली.

"खूप चतुर आहात तुम्ही. मलाच बोलण्यात फसवलं. जणू मला कुठे असं तुमच्यासारखं उत्तर देता येतं. कशीबशी तुमच्यापुढे मी बोलू शकते. एवढंच पुरे! मला नाही ना देता येणार उत्तरे!" स्मिताने हसतच कलशला म्हटलं.

"हं! बघ स्मिता. तू पुन्हा म्हणालीस, 'तुम्ही माझ्या जीवनात अगोदर आले असते तर...! यशाचे शिखर गाठले असते.' अगं, कितपत हे खरे समजायचे. खरंतर याचे उत्तर 'नशीबसे...' यात आलय ना! मी तुला बाहेरगावी एक साधासा जॉब मिळाला तेव्हा म्हणालो होतो. तू तिथे जावं, तिथं कॅरियर करावं. नव्या ओळखी नवे गाव, नवा प्रदेश, नवे जीवन यातून तुला खूपकाही नवे ज्ञान मिळाले असते. पुढे जीवनाची पाऊलवाटही लाभली असती. पण तू ते टाळलंस. तू बाहेरगावी शहरात जाणे टाळलीस. त्याची कारणे तुलाच ठाऊक. मात्र यशाचे मार्ग स्वतः प्रयत्नरत राहूनच तुला धुंडाळायचे आहेत. यश तुला नक्कीच मिळेल. मात्र तू माझ्यामुळे यशाचे शिखर गाठले असते असे म्हणणे मला तरी वावगे वाटत नाही." कलश स्मिताला पुन्हा समजावीत हसला.

"राहू द्या जी. तुम्हाला की नाही फक्त माझी गंमतच सुचते आहे."

"अगं, मी कुठे केली गंमत? खरं तेच सांगतोय. मी काय कोणी खूप मोठा यशदाता, मार्गदाता आहे काय? तुला यश मिळवून देऊ शकणारा. अगं, फक्त तुला हिंमत देऊ शकतो. तुझ्या पाठीशी उभं राहून तुला थोडंफार आधार देऊ शकेन. या हेतूने मी तुझ्यासोबत नेहमीच आहे. तू मला केव्हाही हाक दे. अगदी मनातून निस्वार्थपणे मी तुझ्यासाठी तत्पर असेल. ते कार्य कुठलेही असो. प्रसंगात्मक आर्थिक मदत, सहकार्यही करेन. मग तर झालं. पण यश तुलाच खेचून आणायचे आहे. अशी निराशवृत्ती मनात ठेवत जगायचं नाही. हो! कदाचित नकारात्मकता मनात आली की आपली पाऊलवाट आपणच खुंटवतो आहोत, असे

अनुभव, प्रसंग आपल्या जीवनात येऊ शकतात."

"इतका उशीर का केला, माझ्या जीवनात यायला? खरंतर हा प्रश्न मला हास्यास्पद वाटतो आहे. याबाबत काय सांगू, बोलू? हा प्रश्न मी वैयक्तिक जीवनाच्या वाटेवर अनंतवेळा स्वतःलाच विचारला आहे. गवसलं तेच यश, नाही गवसलं ते अपयश असतं. जीवनात अनंतवेळा मीही हरलो आहे. मला याची खंतही खूप आहे. पण ते अंतरंगात कोंडून ठेवत मी जगतो आहे. पुढे नवे मार्ग, नवी वाट, नव्याने भ्रमण करीत भविष्यात आशादायी होऊन जीवनाला सामोरे जातो आहे. तू पण अशीच आशादायी राहा. अगं, तुझं वय बघू जाता आता कुठे तुझ्या जीवनाला सुरुवात होते आहे. बघ, तुझ्याही पदरी यश नक्कीच उभे राहणार. मला तुझ्यावर ठाम विश्वास आहे. तुझ्या चांगुलपणाने तुझ्या निस्पृह अशा मनाला नक्कीच यशदायी जीवनाचा मार्ग सापडेल. फक्त ते माझ्यापुरतं मर्यादित ठेवून जगू नकोस म्हणजे झालं. किती साधी भोळी गं तू!"

"हो ना! मी साधी भोळी आणि तुम्ही..."

"अगं, किती प्रश्न करतेस? आणखी हेच प्रश्न संपायचे आहेत. ते सांगू की आताचे उत्तर. सांग ना! स्मिता तू म्हणालीस, 'का विचारल्यात मला आवडी-निवडी?' अगं, मी तुला कुठे असं काही विचारलं काय? आपण चर्चा करताना, बोलताना अनेक विचारातून सहज ह्या बाबी ओघाने आल्या असतील. तू सुद्धा काही बाबी मला सांगितल्या असशील. हे सहज ओघाने घडलं आहे. यात माझा कुठलाही हेतू नव्हता, हे लक्षात घे. त्या आठवणी, विविध बाबी तुझ्या मनात घर करून बसल्या म्हणजे माझ्यावर असलेली ही आत्मीयता होय. खरंतर मी स्वतःला भाग्यवान समजतो. या हेतूने तरी तुझ्या मनात माझं घर निर्माण झालं आहे. अगं, नाहीतरी अनेक लोकांनी, त्यांच्या मनाने मला समजून न घेता उपेक्षाच केली आहे." कलशचं मन भाऊक झालं.

"स्मिता अखेर तू म्हणालीस, 'मनातून काढून टाकण्याचा विचार केला तरी त्रास होतो?' असे तुला माझ्याबाबत इतके गंभीर का वाटते आहे? अगं, काही माणसं, त्यांच्या काही आठवणी खूप आवडल्या की ती दूर जाताना आपल्याला दुःख होते. तसेच तुलाही झालेले आहे. अगं, ह्या मनातील बाबी मनातच पुसून टाकायच्या. मग सुख असो की

दुःख, फक्त यातून आनंद तेवढा शोधायचा. जीवनाला दिशा मिळेल एवढंच संमजस होऊन जगायचं. मी तुझ्या मनात आल्याने जर त्रास होत असेल तर मला जीवनातून काढून टाकलेले बरे! तरी पण त्रास होतो, असे तुझे म्हणणे आहे. असं दुःखाला कवटाळून बसू नकोस! या दुःखातही काही सुखाचे क्षण तेवढे शोध. पुन्हा काय सांगू? तुझ्या प्रश्नाची लांबलचक उत्तरे दिली. काही चुकली असतील. काही तुझ्या संमजसपणाच्या बाहेरही गेली असतील. खरंतर मीही तुझ्याप्रति खूप हळवा झालो आहे. तुझं भावी जीवन, आयुष्य फुलावं असंच मला वाटतं आहे. तू सुंदर आहेस. तुझं मन छान समजून घेणारं आहे. तुझ्या आयुष्याचा वेलू संसाररूपाने पुढे बहरावा, तुझ्या आयुष्यात सोनपळस फुलावा हीच कामना करतोय. तू सुद्धा अशीच चांगुलपणाचा प्रयत्न कायम ठेव. वाटा बऱ्याच खाचखडग्याच्या असतात. त्यातही समाधानी राहून मार्ग निवड. तुझ्या प्रयत्नात सातत्य असू दे! खरंच, तू 'गुंगी' ही नाहीस. तुझ्या मनात खळाळणारा समुद्र आहे. त्याला ओळख, अगदी शांत कर. कदाचित माझ्या सहवासाने, समजवण्याने त्यात काही बदल करून बघ. पुन्हा काय सांगू? मी तुझ्याशी मनमोकळं होऊन बोललो. तू सुद्धा आपलं मन मोकळं कर. मनात काहीही गुपित न ठेवता बोल. जसे प्रेम व्यक्त केलीस ना, तसेच. मी कधीही तुझ्याविषयी खंत बाळगली नाही. तू मला सहकार्य केले. फार आदर दिला. यामुळे तर मी भारावून गेलो आहे. यातच तुझं ऋणत्व मान्य करतोय. पण स्मिता तू विचार कर, अगं प्रेम कुठल्या पातळीवर करायचं, कसं वागायचं, कसं जगायचं? खरंच मी म्हणजे तुझ्या प्रेमातील पूर्णत्व नाही. हे तुलाही ठाऊक आहे. समजलं ना!" कलशने तिला बरंच काही समजावलं होतं.

"अगं, उद्या-परवाला येशील तेव्हा आपण प्रत्यक्ष भेटू. तू विचार कर. आता तर तुझं मन मोकळं झालं असेल. तुला काही सांगायचं असेल तर बोल. खूप वेळ झाला आहे. ठेवू आता..."

"होय जी. खूप काही छान सांगितलंत मला. हसूही आलं तेवढंच रडूही आलं. मी येते. भेटू आपण. जपा स्वतःला, काळजी घ्या. मे युअर कमिंग डेज बी हॅपी."

"अगं, तू पण स्वतःच्या मनाला जप. बराच उशीर झाला आहे. मी परततो घराकडे. मला काही महत्त्वाची कामे आहेत. बाय... भेटू." कलशने स्मिताचा निरोप घेऊन फोन ठेवला.

घराकडे परतताना स्मिताच्या विचारात गर्क असलेले मन, कातरवेळ संपून गडद अंधार दाटून येऊ लागलेला. कलशचे लक्ष आकाशाकडे गेले. आकाशात काही टुकार चांदण्या लखलखू लागलेल्या आणि चंद्रकोर तेवढी दिसणारी. तो त्या चंद्रकोरीकडे एकटक बघत समोर जात होता. स्मिताही कपाळावर नेहमी चंद्रकोर टिकली लावायची. त्याला सहजच आठवण झाली. ती त्या कपाळावरील चंद्रकोरीने खुलून दिसायची. कलशच्या मनातील भाव खुलून आले होते. निरभ्र आभाळ, चंद्रकोर आणि स्मिता... यातच कलशच्या ओठावर वारंवार रेंगाळणारे ते गीत...

"निले-निले अंबरपर चाँद जब आये

प्यार बरसाये, हमको तरसाये...

ऐसा कोई साथी हो..! ऐसा कोई प्रेमी हो..!

प्यास दिल की बुझा जाये...."

***

18

हॉस्पिटललातून सीमा परत आलेली. तीन-चार दिवस उलटून गेले होते. तरीपण कलशचा ना कुठला फोन की, साधा मेसेजही आलेला नव्हता. स्मिता बेचैन झाली होती. बाबाची तब्येत बरी असल्याने समाधान असलं तरीपण कलशशी जुळलेलं मन त्याला बघण्यास अधीर झालं होतं. स्मिता आंघोळ आटोपून कपडे परिधान करीत केस विंचरत होती. ती अलगद स्वतःला आरशात एकटक बघू लागली.

तिने टिकली हातात घेतली. स्वतःला निरखत राहिली. तिच्या गौरवर्णीय चेहऱ्यावर चंद्रकोर टिकली अधिकच खुलून दिसत होती. ती बराच वेळ आरशात टिकलीकडे बघत राहिली. पुन्हा कलशचे विचार मनात रेंगाळू लागले होते.

होय, कलश त्या दिवशी भराभर बोलून गेला. तेव्हापासून आज चार दिवस झालेले. कलशने सांगितलेल्या तिच्या प्रश्नाचे उत्तरे किती मनाला मोहवून टाकणारी होती. ती अगदी वेड्यासारखी त्यांना प्रश्न करून मोकळी झाली होती. कलश किती-किती विचार करतो. किती समर्पक उत्तरे दिलीत मला, एकसारखं ऐकतच राहावंसं वाटत होतं. पण अद्यापही कलश आपल्याला टाळतो आहे. कितीतरी उदाहरणे देऊन आपल्याला प्रेमाची परिभाषा पटवून देतो आहे. तरीपण आपलं मन अगदी फुलपाखराप्रमाणे फुलावर अलगद बसून मध चाखावं तसंच आपलंही झालं आहे. कळत असूनही आपलं मन बदलत नाही. काय करावे?

आपण सुद्धा इथे परतल्यापासून साधा मेसेज की कॉलही त्यांना केला नाही. त्यांना आपण परतल्याचं न कळविल्यानेच कदाचित राग तर आला नसेल ना! नाही, अरेच्च्या! कलश आपल्यावर राग धरू शकत नाही. ते त्यांच्या स्वभावातच नाही. किती निर्मळ स्वभाव आहे त्यांचा.

ती बराच वेळ आरशासमोर विचार करत राहिली होती. तिने गालावर क्रीम लावत पावडर लावलं. आज तिचा गौरवर्ण अधिकच खुलून दिसत होता. तिचे मन प्रसन्न होते. 'जावे काय आज कलशला भेटायला?' तिच्या मनात सहजच सुचले होते. म्हणूनच ती आज नटली थटली होती. आपण कलशला आल्यावर भेटू, बोलू असंच कळवलं होतं. पण चार दिवस होऊनही अद्याप भेट झाली नव्हती. कलशला बघावयास तिची नजर आतुर होती. मनमेंदू नि श्वासात आता कलश दरवळत होता.

आई-बाबा बऱ्याच दिवसांनी बाहेरगावी गेले होते. विरंगुळा म्हणून जवळच गावला गेल्याने घरी कोणी पण नव्हते. दादाही आपल्या कामाला गेला होता. होय, ऑफिस वेळ झाली. कलश ऑफिसात आले असतील. करावं काय फोन? ती विचार करू लागली होती.

तिने अलगद मोबाईल हातात घेतला. कलशची डीपी उघडून बघितली. तसे तर तिला दरवेळेस क्षणाक्षणांनी कलशची डीपी बघायची सवय झाली होती. तिच्या नजरेसमोर कलश तरळू लागला होता. दवाखान्यात भेटायला आलेला कलश, तिला वारंवार प्रेमाचा नकार देणारा कलश, तिच्या मनाला समजविणारा की सजवणारा कलश, त्यांची अनंत रूपे तिला आठवत राहिली होती.

एवढ्यातच रिंगटोन वाजली. बघते तर काय? कलशचा फोन आलेला. तिने कॉल घेतला.

"हॅलो, मी कलश..."

"होय, बोला ना! किती दिवस झाले जी! आपण कॉल की साधा मेसेजही केला नाही. मी तुम्हाला कॉल करणार होती. कसे आहात?"

"अगं, मी ऑफिसला आलो आहे. दोन दिवस बाहेरगावी कार्यक्रमाला गेल्याने वेळच मिळाला नाही. सॉरी हं! तुला भेटायचं राहूनच गेलं. म्हणूनच आज...."

"बरे, सांगा ना! मी येऊ काय ऑफिसला?"

"नको. अगं, ऑफिसात काहीच काम नाही. नुसता आज रिकामटेकडा वेळ आहे. इतर सहकारी आहेतच सांभाळायला. म्हणून मलाच वाटलं याव तुझ्याकडे... बाबांना बघायला... कुठे घरी आहेस की...?"

"होय, घरीच आहे. पण बाबा-आई आत्याच्या गावी गेलेत. त्यांची तब्येत छान आहे. वातावरण बदल म्हणून मीच त्यांना पाठवली. घरी मी एकटीच आहे. या ना घराकडे. निवांत बोलता येईल.

"बरे, ठिक आहे. मी येतोय. दहा-पंधरा मिनिटात. बाय..." कलशनी स्मिताला घराकडे येतो म्हणून कॉल बंद केला.

स्मिता अगदी आनंदाने न्हाऊन निघाली होती. आज कलशला प्रत्यक्षात भेटायला मिळेल या आशेने. ती अगदी मनातून हरवून गेली होती. तिने कॉल बंद होताच स्वतःकडे बघितलं. आरश्यात पुन:पुन्हा बघितलं. बेडवरची चादर सरळ केली. घराच्या खोलीकडे बघत सारेकाही व्यवस्थित असल्याची खात्री करून घेतली होती. कलशचे घरी आगमन होणार होते म्हणून ती अगदी मोहरून आलेली. अंगावर रोमांच निर्माण होऊ लागला होता. परत तिने स्वतःला आरशात बघितलं. स्वतःच्या वेणीला हात लावत निरखून पाहिलं. लगेच पुन्हा तिचं लक्ष कपाळावरील चंद्रकोरीकडे गेले. पुन्हा डब्यातील पावडर तिने हळूच गालावर लावलं. पुन्हा स्वतःला बघू लागली. तिचं लक्ष स्वतःच्या सलवारकडे गेले. तिने आवडीचा कथ्थ्या रंगाचा सलवार परिधान केला होता.

'हं, येतील एवढ्यातच. सारंकाही नीट आहे तर..! होय कलशकरिता काहीतरी नाश्ता करावा.' तिच्या मनात अलगद विचार येत राहिले.

स्मिताचं घर अगदी छोटसं कौलारू होतं. बेताची परिस्थिती असल्याने या कौलारू घरात ती दिवसे काढत होती. पण यात असलेला जिव्हाळा फार मोठा होता. 'घर असावे घरासारखे नकोत नुसत्या भिंती, तिथे असावा प्रेम जिव्हाळा...' अगदी असंच श्रमाने कष्टाने आई-बाबांनी उभारलेले घर. आज असलेल्या परिस्थितीवर मात करून आनंदाने मन यात राहत होते.

'होय, काळ काय असाच संघर्ष करीत ठेवणार आहे? एक ना एक दिवस हाच काळ आपल्या मनातील स्वप्न साकार करीत समोर येईल.' स्मिताच्या मनात अनंत विश्वास होता.

आरश्यावरून तिने नजर हटविली. तिच्या गालावर स्मित खळी फुलली होती. पंधरा-वीस मिनिटात पोहोचतो म्हणणारा कलश आता नुकताच येईल या आशेने ती दाराबाहेर येऊन रस्त्याकडे बघू लागली. लांबवर नजर घातली. कलशची गाडी तिच्या अंगणात यायला उशीर होत असलेला.

अंगणातील कुंडीकडे लक्ष गेले. काही दिवसापूर्वी लावलेलं गुलाबाचं रोपटं बाळसेदार बहरलं होतं. हॉस्पिटलात असतापासून त्याला कोणीही पाणी घातलं नव्हतं. मात्र घरी पोहोचतात तिने कुंडीत पाणी घातलं. गुलाबी लालसर रंगाची फुलारून येत असलेली कळी खूप सुंदर दिसत होती. ती एकटक त्या एका फुलाच्या बागेला बघत राहिली. तिने सजवलेली ती बाग. एका फुलाची बाग. तिचे मन त्या फुलाकडे बघून पुन्हा हर्षलं होतं. 'कलश येताच फुल द्याव काय त्यांना? खरंच करेल काय तो आपल्या प्रेमाचा स्वीकार? की पुन्हा त्याच बाबी आपल्याला समजावून सांगत... असंच सुरू राहणार काय?'

'किती उशीर करतोय. त्यांच्याविषयी किती मन आसुसलेलं आहे. त्यांच्या प्रेमापोटी आपलं हृदय अगदी मनातून वाट बघते आहे. कलश आपल्याला आवडतो पण कलश असा दूरवर... होय, कधी तर वाटतं की, एवढी जवळीकता जपणारा, आपल्याला अगदी ममतेने समजून घेणारा, मात्र आपल्या प्रेमाचा स्वीकार करण्यास का बरं टाळत असेल?'

स्मिताच्या मनात पुन्हा विचारांचा समुद्र तरंगत राहिला. हवेची आलेली झुळूक आणि कुंडीत मान डोलावणारे ते लाल गुलाब, तिची नजर एकटक निरखत राहिली. अलगद जवळ जाऊन त्या गुलाब फुलाला तिने स्पर्श केला.

गाडीचा आवाज... तिचे मन अलगद भानावर आले. रस्त्यावरून वळण घेत अंगणात पोहोचलेला कलश. ती एकटक त्याकडे बघतच राहिली. गाडी स्टॅन्डवर ठेवून कलश तिच्याकडे बघतच राहिला. काळा जीन्स, पांढराशुभ्र सदरा लावून आलेला कलश. तिला खूप मनात भरला

होता. स्मिताने अलगद त्याच्याकडे बघत स्मित हास्य केलं. तिच्याकडे येत तोही हसला.

"या ना! केव्हाची वाट बघते मी." ती सहजच उद्गारली.

"गुड मॉर्निंग, हॅव अ नाईस डे स्मिता. कशी आहेस?" कलशने तिच्याजवळ येत म्हटलं.

दोघेही अंगणातून घरात आली.

"या बसा... किती छान वाटलं तुम्ही आले तर!" ती रोमांचित होऊन बोलली.

मनात असलेला नि भरलेला कलश मात्र आज तिच्यासमोर घरीच आलेला पाहून ती अगदी मनातून हरकून गेली होती. घरी बसताच ती एकसारखी कलशच्या चेहऱ्याकडे बघू लागली. तिचे डोळे पानावलेले होते.

"बसा. मी चहा आणते."

"अगं असू दे! चहा कशाला ठेवते. मग बघू... बस थोडी जवळ. बोलूया... काय म्हणते आई-बाबाची तब्येत."

"जी बरी आहे. आता पुन्हा पंधरा दिवसांनी बोलावलं तपासणी करायला.

"हो का? तर आता ठीक आहेत ना! बरं, तू कशी आहेस?"

"मी आहे ना तुमच्या आठवणीत." स्मिता बोलताना रडवेली झाली.

"अगं स्मिता, मी कितीदा तुला समजावावं? एवढं सांगूनही तुझ्या मनात माझं भूत जणू अद्याप वसलेले आहेच." ती एकटक त्यांच्याकडे बघत राहिली. कलशने तिच्याकडे बघितलं.

स्मिताला कलशच्या या वाक्याने भडभडून यायला लागलं. ती एकाएकी कलशच्या पायाला पकडून उसासे देऊन रडू लागली.

"का बरं जी तुम्ही असे बोलता? मी कुठे काय तुम्हाला म्हणाली? तुम्हीच तर...! मला आता राहवूनच होत नाही. तुमच्यामुळेच... मी कुठे तुमच्यावर प्रेम करते. तुम्हीच तर...!" स्मिता कलशचे पाय पकडून भडाभडा रडत होती. तिच्याने बोलणेही होत नव्हते.

स्मिताचा रडवेला चेहरा. उसासे देणारे मन बघून कलशलाही घाबरल्यासारखं झालं.

"ये वेडी बाई, मी कुठे तुला काही म्हणालो? अगं, उलट तुलाच तर मी समजावितो आहे. अशी रडू नकोस. कुणी घरात आले तर काय समजतील? ए रडू नकोस. डोळे पूस अगोदर. असं का कोणी व्यक्त होतो होय. माणसाचं मन तेवढं निर्मळ असावं. तुझं मन फार निर्मळ आहे. अगदी वयाने तू समजदार होऊन बघ... चांगलं-वाईट यातलं अंतर समजून घेऊन बघ... तुला खूप काही मी सांगितलं. पुन्हा काय सांगू? अगं तू सुंदर आहेस. छान गुणी, समजदार आहेस आणि आता तूच मला म्हणतेस की, मी तुझ्यात गुंतलोय. अगं चुकीचं बोलते आहेस तू. अगोदर स्वतःचं मन समजून घे. तुझ्या आणि माझ्यातलं मनाचं अंतर समजून घे. चल उठ! रडू नकोस. जा... चहा बनवणार होतीस ना! पूस ते डोळे. गोड चहा आण. अगदी तुझ्यासारखा...." कलशनी स्मित हसत अलगद हात धरून उठवीत जवळ घेत तिच्याकडे बघत म्हटलं. तिचे डोळे पुसले.

"मग तुम्ही असे का बरं वागता?" स्मिता एकटक त्याच्याकडे बघत उसासे देत स्वतःला सावरत म्हणाली.

"अगं पुन्हा तेच... मी कुठे तुझ्याशी काय चूक वागतो आहे. सांग ना? मी कुठे तुझ्या प्रेमात गुंतलोय सांग ना? उलट तुला समजावं म्हणून... फक्त प्रेम काय? कधीही, कुठेही विचार न करता व्यक्त होणारी भावना आहे होय? अगं तू समजून घे."

"प्रेम अलगद सहज होतं. मी समजूनच तर घेत आहे ना!"

"काय समजून घेतलं? मी कुठे तुला काही त्रास दिला काय? अगं तुला मनातून गुणी मुलगी समजून तुझ्याशी संबंध ठेवले. त्याचं प्रायश्चित्त मी करावं काय? अगं माझी कौटुंबिक स्थिती सारंकाही तुला ठाऊक आहे. तू आज या तरुण वयात अशी वागणं, माझ्याशी बोलणं स्वाभाविक असेलही. पण थोडं मला समजून घे. जा चहा नाही आणणार काय?" कलश हसला.

स्मितानें पुन्हा अश्रू पुसले. ती आत जाऊन चहा बनवू लागली. कलशही बराच वेळ नुकत्याच घडलेल्या घटनाचा विचार करू लागला होता. ती चहा बनवताना स्मिताचे उसासे नि उकळणारा चहा... कलशचे मन भावनिक झाले होते. त्याच्याही मनात स्मिताविषयी ओढ निर्माण

झाली होती. तिची मनभक्ती, तिचे वेडं मन बघून कलशच्या मनात तिच्याविषयी नाजूक प्रेम भावना फुलारून येऊ लागली होती. पण आपण चुकीचे वागतोय, चुकीचे जगतोय. असं तो मनाला समजावीत होता. कलशच्या मनात विचाराने थैमान मांडलं होतं आणि स्मिताचा पाय धरून रडणारा चेहरा पुन्हा डोळ्यासमोर येत होता. स्मिताने चहाचा ट्रे आणला.

"चहा घ्या!" ती मंद स्मित करीत हसली. कलशने गरम वाफाळलेला चहा हातात घेत असताना स्मिताच्या बोटांना झालेला अलगद स्पर्श... पुन्हा तिच्याकडे रोखून बघणं, त्यांनी चहाचा घोट घेतला आणि भांबवलेलं मन शांत झालं होतं.

"स्मिता यावर काही उपाय नाही का गं? खरंच! मी तुझ्यावर तर भाळलो नाही ना! अगं पुन्हा कसं सांगू? घे, तू पण चहा घे. तुझ्या ही मनाची अवस्था. खरंच! तुला काय वाटते आहे? तू अशी रडण्यापेक्षा अगदी मोकळ्या मनाने बोलावं वाटते आहे. आता तर मी ही तुझ्यात हळूहळू सहजपणे गुंतत चाललोय असा भास होतो आहे. किती मनाला बजावावं पण अगं हे मन असं वाऱ्याच्या गतीने वाहत असतं. मनाचा तोल संयम कधी ढळेल हे सांगता येत नाही." चहा घेताना तो तिला म्हणाला.

दोघांनीही चहा संपविला होता. तिने चहाचा कप हातात घेत बाजूला ठेवला. कलशकडे एकटक बघत पुन्हा त्यांचे दोन्ही हात हातात घेत तिने अलगद घट्ट मिठी मारली होती.

"राजा, खूप प्रेम करते रे तुझ्यावर! मला अंतर देऊ नकोस. मला तुझ्या मनातील फक्त भाव हवेत. मला तुझं काहीपण नको. फक्त तुझा सहवास, आधार तेवढा हवा. मला ठाऊक आहे. मी तुझं संयमीपण जाणते. तू तरी कुठे माझ्यावर भाळलास. पण मीच तुझ्या प्रेमात वेडी झाली आहे. बघ ना! तुझ्यासाठी आसुसलेलं मन, तुझ्यात किती गुंतले आहे. आता यातून बाहेर पडणं म्हणजेच अशक्य वाटते आहे." कलश तिच्या मनभावना समजून घेत तिच्या डोक्याला कुरवाळू लागला. तिला सहज कुशीत घेत आधार देऊ लागला होता.

"स्मिता, अगं खरंच वेडी आहेस तू. माझ्यासारख्या माणसाच्या प्रेमाला कवटाळणारी वेडीच नाही का तू? होय, स्मिता. तुझं प्रेम मला मान्य आहे, पण काही अटींवर. तुझ्यावरही मी आता नकळत प्रेम करु लागलो आहे. पण निस्वार्थपणे तुला फक्त आधार देण्यास्तव असेल हे. तुझं जीवन घडविणे एवढाच उद्देश असेल यात. तुझ्यात मला अनेक स्त्री शक्तीचे रूप दिसतात. तुला बघून मीही आनंदीत होतो. तू सुद्धा मला हवीहवीशी वाटते आहेस. पण तुला कदापिही मी पत्नी म्हणून स्वीकारू शकणार नाही. तुला फक्त प्रेमिका म्हणून स्वीकारू शकणार आहे. अगं, हे तेवढेच सत्य आहे. फक्त मनातून तुला उर्मी, आनंद दिलासा मिळण्यास्तव मी तुझ्या पाठीशी नेहमीच सावलीसारखा उभा असेन. चालेल तुला."

"हो रे राजा! चालेल मला. फक्त तू आधार म्हणून हवा आहेस. तेवढंच तुझं प्रेम मी स्वतःच्या ऊरात जतन करून ठेवीन. मी तुमच्या होकारात्मक प्रेमाच्या आशेनेच जगेन."

कलशने स्मिताच्या प्रेमाचा एकाएकी स्वीकार केला होता. दोघेही एकमेकांना कवटाळली होती. एकमेकांना निरखत होती. बराच वेळ...

"माझी राणी...!" कलशच्या मुखातून अलगद शब्द स्फुरले होते.

"माझा प्रिय राजा...! मी तुझीच आहे रे!"

"आणि मी सुद्धा तुझाच...."

स्मिताने आपल्या कुंडीतील ते गर्द गुलाबी फुल अलगद खुडून आणले होते. कलशला स्मित हसत पहिली प्रेमभेट दिली होती. कलश आश्चर्यचकित झालेला. त्याला तिची कृती बघून हसू आले.

"हॅपी व्हॅलेनटाईन डे..." ती हसत त्याला म्हणाली.

"अगं व्हॅलेनटाईन तर केव्हाच झालाय.... आता आज कुठला दिवस...."

"होय माझ्या राजा.... व्हॅलेनटाईन डे ला तुला दिलेला मेसेज, तुझे त्याला 'खरंच' म्हणून आलेले उत्तर बघू जाता आणि आज कितीतरी दिवसांनी तू दिलेली प्रेमहोकार मान्यता. माझ्यासाठी आजच व्हॅलेनटाईन डे नाही काय?"

"नुसती 'खरंच' या शब्दाने झालेली ही सुरुवात.... होय स्मिता, तू जिंकलीस आणि या गोड गुलाबी फुलाप्रमाणे तुही माझ्या हृदयात गोड होऊन ठसली आहेस."

कलशने फुल स्वीकारले होते. त्या एका फुलाच्या बागेत स्मिता कलश दोघेच आणि त्यांचे घट्ट जुळलेले नाते...

"मी तुझीच आहे राजा..."

"आणि मी सुद्धा तुझाच आहे राणी... तू मला खूप प्रिय-प्रिय आहेस..." दोघेही एकत्र एकमेकाला निरखत स्मीत हसत फुलारून आले होते.

स्मिता पाणावलेल्या डोळ्यांनी कलशच्या डोळ्यात आपले रूप निरखत राहिली आणि टी.व्ही. वरील मंद सुरात सुरु असलेले गाणे तेवढे ऐकू येत होते.

"अखियो के झरोंको से, मैने देखा जो सावरे,
बडी दूर नजर आये... बडी दूर नजर आये...
बंद करके झरोको को, जरा बैठी जो सोचले,
मन मे तुम ही मुस्काये...."
***

19

एक वर्ष व्हॅलेनटाईन डे ला पूर्ण झालं होतं. 'खरंच' या एका शब्दापासून सुरू झालेला हा मनातील अंतरंगात जाऊन खोलवर रुजलेला प्रवास... स्मिताच्या डोळे भरून असलेल्या पापण्यांच्या सृजनकाठावर श्रावणात बहर देणारा असाच ठरला होता.

स्मिताने कित्येक दिवस, वर्षभर एकतर्फी प्रेमात कलशची आरती गायली होती. कलश तिच्या मनात भरला होता. मूकमनाने ती स्वतःशीच कित्येक रात्र संवाद साधत राहीली होती. पण मनाची हिंमत तिला कधीही आलेली नव्हती. कलशशी 'काय आणि कसे बोलावे?' हाच प्रश्न सदोदित असायचा.

खरंतर लग्न झालेल्या, मुलबाळ असलेल्या व्यक्तीचे मन जाणून घेणे, त्याला मनाने समर्पित होणे. किती मोठं धैर्य होतं हे. जणू अग्नीकुंडात जळाल्याचा भास होता की, या सामाजिक जीवनातलं निश्चितच वेगळेपण होतं. पण स्मिताने दृढनिश्चय करून हे जीवनातील वेगळेपण स्वीकारलं होतं. कित्येक दिवस नि कित्येक क्षण कलशच्या आठवणी, स्मृती जपताना त्यांचा नकार पुढे होकारात रुजविला होता. स्मिताचे डोळे पानावत होते. तिने घड्याळाकडे बघितलं. होय, बारा वाजलेत. दिनांक चौदा फेब्रुवारी, 'खरंच' आपल्या प्रेमाला एक वर्ष पूर्ण झालं. तिचं मन निद्राधीन न होता विचारात गडलं होतं. कित्येक वर्षभराच्या आठवणीचा उमाळा मनात दाटून येत होता.

ती बेडवरून उठून बसली. आई-बाबा, भाऊ निजलेले होते. तिने थंडगार माठातलं पाणी पिलं. थोडं बरं वाटलं. पुन्हा ती बेडवर गेली.

चार्जिंगला लावलेला मोबाईल काढत कलशची डीपी वारंवार बघत दोन्ही हाताने त्याच्या फोटोला कुरवाळलं. प्रतिमेची पप्पी घेतली. तिची ही वेगळी तऱ्हा.

'कलशही झोपला असेल. होय, खूप उशीर झाला आहे. बारा वाजलेत.' अलगद तिच्या मनात विचार आले. कलश ऑनलाईन नव्हताच. ती पुन्हा विचारात गर्क झाली होती.

'त्यादिवशी कलश घरी आला नसता तर! आई-बाबा बाहेरगावी गेले असल्याने आपण त्याच्याशी मनमोकळे बोलू शकलो होतो. होय, ती एका फुलाची बाग. ते फुल आपण त्याला जाताना भेट दिले होते.' तिला जसेच्या तसे आठवत होते.

"मी तुझीच आहे राजा..." म्हणताना किती मन भरून आलं होतं. खरेतर त्या मागील एक-दीड वर्षात ती त्या फुलाप्रमाणे फुलली, बहरली होती. या परिस्थिती वेदनेने, संघर्षाने पुरते मन खचलेले असताना कलश आधारवड होऊन आला नसता तर! कदाचित आपण या जीवनाला पारखे झालो असतो? होय, काय काय विचार येतात मनात?"

तिने लांब श्वास घेतला. मोबाईल बघितला. बारा वाजून एक मिनिटांनी तिचे बोटे अलगद किपॅडवर पडले.

"हॅपी व्हॅलेनटाईन डे माय डियर, पहिल्या प्रेम वाढदिवसाच्या खूपखूप शुभेच्छा." स्मिताने मेसेज सेंड केला.

कलशला आज आठवण असेल की नाही. आपल्या पहिल्या प्रेम वाढदिवसाच्या प्रसंगाची. त्या 'लव यु सो मच..' अशा मेसेजची. काय ठाऊक? हं! उद्या आपली भेट... बोलूया. खूप खूप मनातलं सांगूया. प्रत्येक वेळी बोलताना कलश समोर असला की, भान विसरून जातो आपण. त्यात पूर्णपणे हरवले जातो. नाही का? तो समोर असला की काहीच आठवत नाही. त्याच्याकडे नुसतेच बघत राहावेसे वाटते, किती-किती आवडतो मला.

"अगं, तुला माझ्याशिवाय दुसरा कुणी कधीच का नाही आवडला?" कित्येकदा कलशने म्हटले.

'काय सांगावे त्याला? कसे सांगावे? मी चुकली की बरोबर आहे? कधीही नाही समजलं मला. होय, मी या यज्ञात होरपळले की आहुती

दिली? मी कधीही विचार केला नाही. पण अंतरंगात दडलेले प्रेम मी त्यावर भरभरून करते आहे. मनातून जपते आहे. तरी पण पुढे काय? पुन्हा प्रश्नचिन्ह.'

'कलश कित्येकदा या प्रश्नावर बोलायचा. खरंतर त्यांनी मला शपथ घातली होती. कलश माझा जिवाभावाचा मित्रच नव्हेतर आई, वडील, भाऊ यांची सर्व नाते, रुपे जपणारा माझा खरा नातलग झाला होता. माल भावनिक, मानसिक, आर्थिक आधार देत माझ्या जीवनाचे फलित साध्य करू बघणारा दाता झाला होता. होय, कितीही चुकले असले तरी मी मनाने खूप समाधानी होते. कलश नसेलही पुढे माझ्यासोबत तरी चालेल पण त्याच्या संसारात मी ढवळाढवळ नाही करणार. त्याच्या दूरवर राहून त्याला हृदयात जपणारी कदाचित मी मीरा असेन. होय, मी खूप स्वप्न रंगविले. मी माझे स्वप्न त्यांच्या सहकार्याने पूर्ण करणार...'

"तू माझी ड्रीम गर्ल आहेस." त्याने एकदा मला म्हटलं होतं. कलश इतक्या नकारात्मक भुमिकेतूनही कसे काय माझ्या प्रेमात गुंतला? मी वारंवार विचार करायची. अनेकदा त्याला विचारायची. कलश मात्र स्तब्ध व्हायचा. एक सारखं माझ्या डोळ्यात बघत म्हणायचा. "माझी मधाळ डोळ्याची राणी आहेस तू, काय सांगू? या तुझ्या नेत्राने त्यातील तेजाने मला घायाळ केले होते गं." पण तसं नव्हतंच.

'खरंतर कलश मनातून प्रेमाचा भुकेला होता. त्याला खरंतर प्रेम, जिव्हाळा, समाधान मिळालंच नव्हतं. त्याचे मन कुठेतरी प्रेम शोधते आहे, ओलावा शोधते आहे असेच वाटायचे. मलाही त्याकडे बघताना तसंच वाटायचं. बालपणापासून कुटुंबात लग्न झाल्यावरही कधी कुणाचं प्रेम त्याला कधी मिळालं नव्हतं. की त्याला कोणीही स्वीकारले नाही. काहीतरी असचं भास व्हायचे. नेहमी तो आपल्याच विचारात गर्क असायचा. होय, माझ्यासारखंच तोही कुठेतरी प्रेम शोधत राहिला होता. पण त्याला जे प्रेम हवे ते मिळाले नव्हते. एवढं खरं होतं. म्हणूनच त्यादिवशी प्रेम स्वीकारताच मी इतकी आनंदी झाली होती की, काय सांगू? मला स्वर्ग दिसू लागला होता. माझ्या मनाचा मनतारा मला मिळाला होता. होय, मी त्याची चंद्रकोर ठरली होती.'

"अगं तुझ्या कपाळावरील चंद्रकोर टिकली खूप खूप आवडते मला. कित्येक मुली अशा आकाराची टिकली नाही लावत गं. पण तू नेहमीच..."

"हो ना, मला ही चंद्रकोर फार आवडते. मी नेहमीच लावते."

एके दिवशी कलशने बाजारातून खूपसारे चंद्रकोरचे पाकीट आणले होते. त्यांनी मला भेट दिले. ती पहिली प्रेमभेट होती. होय, प्रेमाची ती भेट. अगदी पाच-दहा रुपयाची ती वस्तू. पण मी भारावून गेले होते. मी कलशचे या रूपाने कुंकू स्वीकारले होते. आठवते आहे ती गोष्ट...

"कलश माझी एक इच्छा आहे. पूर्ण करणार काय?"

"कुठली इच्छा गं? अवघड असेल तर कशी पूर्ण करणार! पण माझ्याने जमेल तर नक्कीच पूर्ण करेन. तसं मी तुला कुठलंही खोटं आश्वासन देणार नाही. तू सांगून तर बघ, मग मी तुला कळवेन..."

"अरे घाबरलास काय? मी तुला कुठलेही ताजमहल नाही मागत आहे."

"अगं ताजमहल काय? शक्य असल्यास तेही दिल असतं. पण या फाटक्या माणसाला कसं जमेल. स्मिता, आपण आपल्या परिस्थितीनुरूप वागायचं. उगाच परिस्थिती, संघर्षाचा बाहू करू नये."

"नाही रे! मी कुठे तुला काय मागते आहे? यासाठीच की काय मी तुझ्यावर प्रेम केलं. अरे! उद्या तू माझ्या प्रेमाला स्वार्थी म्हणू नकोस म्हणजे झाले. मला कोणीही स्वार्थी ठरवू नये. खरं सांगू काय? कलश मी तुझ्यावर असीम श्रद्धेने प्रेम करते आहे. खरंतर तू माझा पांडुरंग आहेस. मला जीवनभर या विठ्ठलाची रुख्माई व्हायला आवडेल. तू म्हटलं तर... विठ्ठलाप्रमाणे त्या विटेवरी स्तब्ध उभी राहून तुला निरखत असेन आजन्म, मग तर झालं!"

"ऐ बयाबाई... अगं अशी रडतेस काय?"

तेव्हा माझ्या डोळ्यात अलगद पाणी आले होते. कदाचित कलश माझी परीक्षा तर घेत नव्हता ना! मी तरी कुठे त्याची परीक्षा घेत होते. खरंतर मला एकच वाटत राहिलं. या जगातील निस्वार्थ खरं प्रेम मी आयुष्यभर कलशवर करून दाखवेन. यासाठीच माझा अट्टाहास होता.

"ऐ स्मिता, नको ना गं रडू. बघ आता तू म्हणाली ना! सांग? कुठली इच्छा पूर्ण करायची ते तर सांग. नक्कीच मी माझ्या राणीसाठी सारेकाही करेन."

"काही नाही रे, राहू दे!"

"रागावलीस ना! नाही तर जा... मी तुला कित्येकदा सांगितलं की माझा स्वभाव मवाळ असला तरीपण एकवचनी आहे. मला पटलं तेच मी करणारा आहे. मला जर नाही पटलं तर..! तू म्हणशील तेव्हा तुझ्या या नात्यातून बाद होणार. पण पुढे कधीही मी जवळ येणार नाही."

खरंतर माझं मन, हृदय कोसळल्यागत झालं होतं. होय, कलश तसा फार स्वाभिमानी बाण्याचा, एकवचनी, प्रामाणिक, 'बोले तैसा चाले' असा हा माणूस. त्याला खोटारडेपणा की स्वार्थीपण कधीच भावत नसे. तो अशा स्वभावाच्या माणसांना पारखून स्वतःच दूरवर राहायचा. त्यामुळेच कदाचित माझ्या बोलण्याने त्याला ठेच लागू नये असंच मी वागायची. पण एकाएकी मी आणि माझं वागणं त्याला खटकलं असावं.

"नको ना रे असे बोलू! कलश सांगते बघ, एवढं असं मनावर घेण्यासारखं नाही रे! मला फक्त अजून तुझ्याकडून एक वस्तू हवी आहे. अगदी शुल्लक आहे ती. पण तुला ती द्यावीच लागेल आणि तू सुद्धा नाही म्हणणार नाहीस. मला ठाऊक आहे."

"अगं सांग ना! कुठली वस्तू?" त्याने तिला उताविळ होत म्हटलं.

"होय सांगते आहे. माझ्याकडे बघ."

"हे घे बघते आहे." तो लडिवाळ होऊन म्हणाला.

"काय दिसते आहे समोर?" स्मिता हसली होती.

"काय? तूच तर दिसते आहेस ना!"

"तसं नाही. माझ्या डोळ्यांमध्ये बघ. माझ्या कपाळाकडे बघ. काही दिसते विशेष तुम्हाला." कलश माझे बाहू पकडून एकसारखे माझ्याकडे बघत राहिला. पण त्याला काय दिसणार होतं?

"अगं, काहीच तर नाही. काय बघू? फक्त तूच तर दिसते आहेस. खूप गोड आहेस एवढंच. खाऊन टाकावेसे वाटते."

"खरंच! काही नाही. हरलेत का सांगा? मग मी सांगते."

"अगं, कुठली गोष्ट कुठे नेतेस. ती वस्तू सोडून आता तू दुसरीकडेच चाललीस बघ."

"नाही रे राजा! मी तिथेच चालली. तुझ्या हृदयापर्यंत.... अगदी तुझ्या वाटेने..."

"मग सांग ना ती वाट! एकदा डोळे बंद करा, मग पुन्हा बघा. नक्कीच सुटेल कोडे. तुम्हाला तुमची आवडती वस्तू दिसेल."

कलशने घट्ट डोळे बंद करून उघडले. पुन्हा बघितलं. पण त्याला काहीच नाही कळेना. त्याने पटकन तिचे खांदे घट्ट पकडले. एकाएक पप्पी घेतली होती. ती लाजली होती.

"हं! तर... तुला पप्पी हवी होती. अगं पण ही वस्तू थोडीच आहे. तू वस्तू म्हणालीस ना!."

"अरे राजा! मला तर पप्पी हवीच आहे, पण वस्तूसुद्धा आजन्माची हवी आहे. मला हवी असलेली वस्तू. देशील काय?"

"ऐ जाऊ दे गं. तुझे कोडे तूच सोडव. मला की नाही असं रहस्य मुळीच आवडत नाही. उगीच आपलं जीवनच एवढं रहस्यमय असताना पुन्हा त्यात गूढता नको ना आणू!"

"हं, होय तर! अरे पण यात काहीच गूढता नाही बरं का? असू द्या... पण मीच सांगते हं! ऐका तर... तू मला नेहमी म्हणतोस ना, तुझी चंद्रकोर टिकली आवडते म्हणून."

"होय, खरंच मला आवडते. नव्हेतर तू त्यात अगदी खूलून दिसतेस."

"मग मला फुलविण्यासाठी रोज मी ही चंद्रकोर तुझ्या नावाने लावणार आहे. तीच टिकली हवी मला. पण ते तू स्वतः घेऊन आणलेली बरं का? आयुष्यभर तू सोबत असेपावेतो तुझ्याच नावाची तू घेतलेली चंद्रकोर लावणार आहे. पुढे माझं लग्न झालं तरीपण तुझ्याकडीलच टिकली लावणार."

"अरे बापरे! टिकली होय तर! मी तर घाबरलोच होतो. मग एवढं काय त्यात? मी खूप साऱ्या टिकल्या एकाचवेळेस देणार तुला. चालेल ना!"

"हो रे माझ्या राजा."
***

रात्र वाढत चालली होती. साडेबाराच्या समोर वेळ निघून गेलेली. कलश निजलाच होता. येईल का तो ऑनलाइन? येईल का त्याला जाग? कदाचित आज त्याला वेळ सांगितली असती तर...! नक्कीच जागा असता. पण आपण त्याला कळवलं नव्हतं. मी त्याच्याच विचारात गर्क होती. तीन-चारदा मोबाईल बघितला. अलगद मी कपाळाला हात लावला. होय, कपाळावर चंद्रकोर... कलशने कितीतरी पाकीट आणले होते. अखेर वर्षभर पुरत आहेत. पण आयुष्यभर हे पुरणार काय? आयुष्यभर कलश मला सोबत करेल काय? कधी-कधी मनात असं धस्सं होतं. आपण घेतलेल्या आणाभाका खऱ्या नाही ठरल्यात तर! मन विवश होतं.

आज केव्हा येणार झोप? "हॅपी व्हॅलेंटाइन डे..." माझ्या प्रेमाचा पहिला वाढदिवस. मी पुन्हा मोबाईल बघितली. एकदा कलशला बघून मी ही निवांत झोपणार होती. कलशच्या आठवणीत मी एक सारखी कलशला निरखत होती. त्याची प्रतिमा खरंतर हृदयात भरलेली असतानाही असं मी त्याचा डीपी वरील चित्र निरखत राहिली. माझ्या मनमेंदूत सामावलेला कलश. मी प्रतिमेची पप्पी घेतली आणि काय? कलश ऑनलाईन आलेला. त्यांनी माझे मेसेज रीड केले होते. उत्तर देणार काय? मी वाट बघू लागली. दोन-चार मिनिटही झालेत. कलशचे काहीच उत्तर नाही. कदाचित पत्नी सुमाने तर मोबाईल बघितला नसेल! ताई सुमाने तो झोपेत असताना आपण धाडलेला मेसेज तर वाचला नाही? माझं मन घाबरल्यागत झालं होतं. पुन्हा काय करावे? मी विचार करू लागली होती. पुन्हा चारदोन मिनिट अस्वस्थ अशीच अवस्था.

मी एकटक मोबाईल स्क्रीनला निरखत होती. काय झालं असेल? असं कधीपण घडत नव्हतं. मी ऑनलाईन आले की मला बोलायचे असेल तर मी स्वल्पविराम चिन्ह टाकायची. तो ऑनलाइन आला की तो स्वल्पविराम चिन्ह टाकेल. असंच आमचं ठरलं होतं. कदाचित कोणी जवळ असेल, वेळ नसेल, चॅटिंग बंद करायची असेल तर तीन पूर्णविराम टाकायचे नि थांबून जायचं. शेवटचा समारोप घेताना "राजा मी तुझीच आहे." या वाक्याने समारोप करायचा. असेच ठरलेले होते.

मी आता स्वल्पविराम चिन्ह टाकू शकणार नव्हतेच. पण कलश असता तर त्याने तसेच चिन्ह पाठविले असते. पण त्याने ते चिन्ह टाकले नाही म्हणूनच मी घाबरली होती. खरंच! कलशच्या हातात मोबाईल नव्हता असेच वाटत होते. साधारण दहा मिनिटे गेली असेल. माझी झोप खरंच उडालेली. अचानक एक मेसेज आला. मी त्या मेसेजकडे आश्चर्यकारक होऊन बघतच राहिली. खरंतर माझं घाबरलेलं मन आणि एक वर्ष होताच आज 'व्हॅलेंटाईन डे' च्या दिवशी शुभेच्छा देताना आलेला हा मेसेज...

माझे डोळे आता एकटक तो मेसेज वाचत होते. डोळ्यातून पाणी येत डोळ्यांना पाझर सुटलेला होता. मी अलगद भडभडून रडत होते. कलशच्या मोबाईलमधून आलेला मेसेज, त्यांचा मोबाईल ऑफलाईन गेलेला. माझ्या डोळ्यात आता बेधुंदपणा... मी डोळे पुसले. आता झोपही तेवढी या क्षणी येणार की नाही? मी डोळे घट्ट मिटले. डोळ्यासमोर एकसारखा कलश येत होता. त्या मेसेजमधील ओळ नि ओळ. मी मनाशी आठवत निजलेली. डोळे पुन:पुन्हा भरून येणारे आणि मनात आठवत राहिलं एक गीत...

"रोते रोते हसना सींखो, हसते हसते रो ना!
जितनी चाबी भरी रामने, अरे उतना चले खिलोना,
रोते रोते हसना सींखो...."
***

20

खरंतर, स्मिताला पहिल्या प्रेम वाढदिवसाची भेट काय द्यावं? म्हणून बराच विचार सुरू होता. खरंच तिला आजचा दिवस आठवणीत असेल काय? याच विचारात गुंग होतो. होय, प्रेम स्वीकारल्यापासून वर्षभरात तिच्याशी घालवलेल्या प्रेम दिवसाचे क्षण नि क्षण बेधुंद करून जात होते. होय, जीवनभरात आपण किती प्रेमाचे भुकेले होतो. होय, बालपणापासून ते आजतागायत इतकं संसारात शुद्ध भावनेने मन समर्पित करूनही आपल्याला प्रेम अर्पण करणारी माणसं की पत्नी न मिळाल्याचा भास नेहमीच क्षणोक्षणी व्हायचा. खरंतर, स्मिता जीवनात आली नि इतक्या वर्षांचे प्रेम वर्षभरातच तिच्या सहवासातून मिळाले होते. तिचे प्रेमळ वागणे, मला समजून घेणे, माझ्या छंदाशी एकरूप होत मला साथ देणे. अगदी अल्पशा वयात कुठून आलं असेल ऐवढं शहाणपण? मी अनेकदा विचार करायचा. ती मला खूप खूप आवडायची. अगदी आता तर मनात रुतून असलेली ती सखी होती. तरीपण मी मर्यादा न ओलांडता तिच्याशी संगत करायचा. तिचे प्रेम लाभल्याचा आनंद गगनात मावेनासा व्हायचा. होय, किती गुणी, समजदार, समृद्धता लाभलेले तिचे मन. माझ्यापेक्षा वयाने लहान असूनही इतका चांगूलपणा. मी स्वतःला तेवढाच नशीबवान समजत राहिलो होतो.

स्मिता आठवण करत असेल काय की, निजली असेल? मी मोबाईल न बघताच ठरवलं. आज कित्येक दिवसांनी कवितेरुपी शब्दामृत तिला अर्पण करावे? होय, ही अनोखी भेट तिला द्यावी, पण काय लिहावं? कस तिचं गुणगान गावं, यातच बराच वेळ गेलेला. होय, बाराही वाजायला

आले पण मनाचे स्पंदन मलाच विचाराने झुलवत होते. ती सारखी डोळ्यासमोर येत होती. मनाच्या कक्षा रुंदावत होत्या.

खरंतर स्मिता म्हणजेच स्वतःचे दुःख केसाच्या अंबाड्यामध्ये पुरून अंबाडा गजऱ्याने सुंदर सजवून समोर येणारे स्त्री रूप होय. किती वेदना, संघर्ष, हलाखीची परिस्थिती यावरही मात करीत खंबीरपणे उभे राहणारी, धडपडणारी स्मिता होती. काय लिहावं तिच्यावर? बराच वेळेचा विचार करतोय पण काहीएक सूचेना.

होय, केव्हातरी अधामधात तिच्यावर चारदोन ओळी लिहिल्यात. त्या ओळी तिला खूप आवडायच्या. माझ्या कविता पण तिच्या पुरत्या सीमित राहिल्यात.

हातात कागद पेन घेतलं. तिच्या आठवणीने पापण्या ओलसर होत होत्या. 'व्हॅलेंटाईन डे' प्रेमाचा वाढदिवसच तो... विचारांचे काहूर माजलेले, मी ओळी न ओळी मनाशी जुळवून आठवत होतो. पुन्हा मोबाईल बघितला. स्मिताने ऑनलाईन येत मेसेज पाठविला होता.

"माझ्या लाडूला... पहिल्या प्रेम वाढदिवसाच्या भरभरून शुभेच्छा. "हॅपी व्हॅलेंटाइन डे."

खरेतर तिने अगदी आठवण ठेवून शुभेच्छा दिल्यात आणि मला अगदी काही दिवसापूर्वी लिहिलेल्या ओळी आठवल्यात. 'खरंतर तिच्या आयुष्यात मी रंगोत्सव होऊ का?' म्हणून विचारणा केली होती. तेव्हा ती किती भडभडून रडली होती. पळसावरही न भूळणारी ही साधी स्मिता, कधीपण कोणाच्याही प्रेमात न पडता प्रेमाचे वेगळे नातं जपणारी स्मिता, भराभर कविता आठवू लागली होती.

खरंतर माझ्यात असं काय होतं? मी तिचा कुठल्या कामाचा होतो? फक्त प्रेम करावे पण तेही कोरडे. तिला जपावं पण तेही दूरवरचं. तिला ना कुठले सहकार्य की मदतही मी करू शकणार नव्हतो. पण तिला धैर्याने उभं करायचं होतं. होय, ती बराच वेळ ऑनलाईन आणि मी कवितारुपी शब्दांच्या धुंदीत मग्न असलेला. मी कविता खरडतोय...

स्मिता माझ्या मेसेजची वाट बघत होती नि मी बेधुंदपणे कविता लिहीत होतो.

"बेरंग असलो जरी, मी रंग होऊ काय?

तुझ्या जीवनातील मी रंगोत्सव होऊ काय?
फुलले नाही जीवन कधीही माझे
तू दीप जरी मी तुझी वात होऊ काय?
रंकाच्या वस्तीत जरी अंधार वेदना
तुझ्या रूपाला चकाकवणारा काजवा होऊ काय?
केशरी पळसावरी जरी तू न भूललीस कधीही
तरी पण तुझ्या आयुष्याचा रंगोत्सव होऊ काय?
तसे काही नाही, मी असाही बराच आहे
व्यथा वेदनांचा तुझ्या मी सन्मान होऊ काय?
ठाऊक आहे मला, चांदणीस कोण करतो स्पर्श
उगाळून पाटावरी स्वतःला, तुझा चंदन टिळा होऊ काय?
नसेलही कळली मला तुझ्या हृदयाची भाषा
पानावलेल्या डोळ्यातील तुझ्या मी आस होऊ काय?
रंगहीन असलो तरी फासून घे चेहऱ्यावर एकदा
क्षणात पुसल्या जातो, असा मी पावडर होऊ काय?
मी तुझ्या जीवनातील रंगोत्सव होऊ काय?"
"स्मिता, हॅपी व्हॅलेंटाइन डे" प्रेमाच्या पहिल्या वाढदिवशी भरभरून
शुभेच्छा."

मी स्मिताला कविता सेंड केली होती. स्मिता ऑनलाईन होती. ती कविता वाचत असेल. काय वाटेल तिला? 'होय, उद्‍या बोलू या प्रत्यक्ष फोनवर.'

एवढ्या रात्री तिच्याशी बोलणं होणारच नव्हतं. मी दिवसभराच्या कामाने थकलो होतो. माझेही डोळे दीपकत होते. झोप येतानाच तिच्या आठवणी खडबडून जागे करीत होत्या आणि मी तिला डोळ्यात सामावून घेत तिच्या प्रत्येक क्षणातील वर्षभराच्या आठवणीत गुंतला गेलो होतो.

होय, त्या दिवशी तिचं मी प्रेम स्वीकारलं होतं. किती नकार आणि तिला समजावूनही ती माझ्या प्रेमाची भुकेली राहिली होती. माझे पाय पकडून रडताना तिची झालेली अवस्था मी बघितली. अखेर माझे मन तिच्यात हळूहळू गुंतत चालले होते. मी सुद्धा स्वतःला सांभाळू शकलो नाही. अखेर मन मात्र द्रवलं होतं. स्मिताला कवेत घेतलं. ती भडभडून

रडत राहिली होती. मी तिला घरी होकार दिल्यावरचा आनंद आणि तिने दिलेला तो गुलाब फुल. खरंतर कुंडीत उगवलेलं एकच फुल. माझी एका फुलाची ती बाग झाली होती आणि मी तिला आजन्म असेपर्यंत या बागेला फुलविणारा मी माळी झालो होतो. मी माळीच होतो. या फुलाला जपणारा, सांभाळणारा, सजवणारा, तिच्या ध्येयाला पूर्णत्वास नेणारा, नव्हेतर तिला दत्तक घेत तिच्या जीवन प्रवासात अखेरपर्यंत साथ देणारा, मी तिचा सर्वस्वी सखा झालो होतो.

होय, पण तिला बरंच काही पुन्हा समजावलं होतं. "स्मिता तू तरुण आहेस. तुला पुढे कुठेतरी जॉब करावे लागेल. स्वतःचे जीवन सजवायचे आहे. एवढेच नव्हेतर पुढे कुठल्यातरी एखाद्या मुलाशी जीवनाचा संसारपट थाटायचा आहे. मी फक्त तुझ्याशी जीवनभर फक्त सावलीसारखा पाठीशी उभा राहणार आहे."

"होय, स्मिता खरंच तुझं एवढं प्रेम आहे गं माझ्यावर? पण पुढे काय?"

"पुढे काय? काहीच नाही." ती हसली.

"अगं पण मी तुझ्याशी ना लग्न करू शकणार ना तुला सहवास देऊ शकणार."

"मला ते काहीएक नको. फक्त तुझं प्रेम आणि सोबत हवी आहे. एक मित्र म्हणून, आई, बाबा, भाऊ, बहीण अशा सर्वांग नात्यापरीने तुझा आधार आणि प्रेम हवे आहे रे! नको रे ते स्वार्थी, शारीरिक ओढीचं प्रेम, मला सन्मानाने उभे करणारे, माझ्या मनात रुतून बसलेले. तुझ्या गुणत्वाचा आदर मी करू शकेल असे प्रेम हवे आहे. होय, मला तेच प्रेम मिळणार आहे. मला ठाऊक आहे म्हणून मी तुझी आयुष्यभर खूपखूप ऋणी राहणार आहे. किती आभार मानू तुझे, माझ्याने बोलणंही होत नाही या आनंद क्षणी. इतका आनंद... अरे, गगनही अपुरे वाटते आहे. बघ ना! माझं हे असं क्षणभंगुर आयुष्य तू फुलवलंस. मला ठाऊक आहे. माझ्या आयुष्याला तू आयुष्यभर सांभाळत राहणार आहेस. कितीही दूरवर असलास तरी आयुष्यभर जपत राहणार आहेस. तू माझी सावली आहेस. तुला ठाऊक आहे. पुन्हा दिवस मावळताना आपली सावली आपल्यापासून लांबवर जात असते. कदाचित तू ही असाच लांबवर

राहिलास तरी माझी सावली माझ्यात विलीन झालेली असेल. तू माझा पाठीराखा तेवढाच सावलीरूपाने प्रतिमेतील प्रेमी म्हणून हवा आहेस.”

ती भडभडून रडत नजरेकडे एकटक बघून माझ्याशी बोलत राहिली होती. मनातून तिला समजून घेण्याचा तो क्षण होता. तिच्या उज्ज्वल आयुष्यासाठी, तिच्या हरलेल्या जीवनाला, दुःखद भावनेला सांभाळून मी बराच वेळ असंच काहीबाही नि ती ही माझ्याशी बरंच काही बोलत राहिली होती.

खरंतर त्या दिवशी तिला सोडून ऑफिसात परतताना मन रडवेल झालं होतं. आनंदाने निरोप घेतला होता आणि ती वर्षभर माझ्याशी एकरूप होत जुळून राहिली होती.

कधी अधामधात बोलणं, भेटणं असं सुरू राहिलं होतं, ती खूप कनवाळू, गुणवाण, हुशार होती. तिचा स्वभाव पुन:पुन्हा निरखायला मिळत होता. तेवढीच ती हृदयात खूपखूप खोलवर गुंतत होती. आता तर ती शिल्पागत हृदयात कोरल्या गेली होती. ती कायमचीच....

रात्रो बराच वेळ तिच्या आठवणी साकारत केव्हा निजलो ते कळलंच नाही. पण ती माझी स्वप्नपरी म्हणून दररोज स्वप्नात यायची. नकळत माझ्याशी संवाद साधायची आणि मी पण तिला तेवढंच भरभरून साद घालीत तिला बहरवीत फुलवत राहिलो होतो. त्या फुलागत फुलणाऱ्या आठवणी आणि झोप येत असतानाही ते मनात रेंगाळणारे एक मधुर गीत, पुनश्चः झोपेत असतानाही मनावर तिच्यासह ठसत होते....

“देखा जो तुमको, ये दिल को क्या हुआ है,

मेरी धडकनो में, ये छाया क्या नशा है,

मोहब्बत हो ना जाये, दिवाना खो ना जाये,

संभालू कैसे इसको मुझे तो बता....”
***

21

रात्रौ बराच वेळ स्मिता हेलकावे देऊन मनसोक्त रडली होती. अगदी आनंदाचे की दुःखाचेही ते रडणे नव्हते तर कलशचं एवढं तिच्याप्रति समर्पित होणं, त्याच्या मनाच्या प्रामाणिकपणाचे रूप बघून आपण किती भाग्यवंत आहोत. एका निस्पृह प्रेमाला आत्मसात करू शकलो, याबाबतचं ते रडणं होतं.

स्मिताचे डोळे जड वाटत होते. तीने सकाळी उठताच पाणी घेत चेहऱ्यावर हात फिरविला. टॉवेलने चेहरा पुसत आरशात बघितलं. डोळे लालसर झालेले. तेवढंच डोळ्यातील पापणीखालचा भाग थोडा सुजलेला भासला. ती एकटक स्वतःला निरखत राहिली. होय, रात्रौ धडधडणार ते हृदय, मेसेजपूर्वीचे काही क्षण, कलशने ऑनलाईन येत मेसेज पाठवतच मनात संचारलेली भीती, ती कविता पुनःपुन्हा वाचतच राहिली होती.

"रंगहीन असलो तरी फासून घे चेहऱ्यावर एकदा

क्षणात पुसल्या जातो असा मी पावडर होऊ काय?"

"नाही रे राजा, तू माझा पावडर होऊ नकोस! अरे, पावडर फक्त क्षणिक सौंदर्य खूलवितो. तू तर माझं संपूर्ण आयुष्य फुलवणार आहेस. जगण्याचा अनुभव देत तेवढंच खंबीरपणे सावलीप्रमाणे पाठीशी उभे राहणं, मला बळ देणं, माझं पुढील आयुष्य सुखकर व्हावे म्हणून धडपडतो आहेस. कधी तर या अडचणीतून समस्येच्या विळख्यात पडलेल्या निरुत्साही मनाला उभारी देत जगवितो आहेस. किती-किती मदत करतो आहेस. अरे, तुझं माझ्यासाठी निस्वार्थी असं जगणं, खरं सांग ना! असं कुठेतरी जगतो काय कुणी? अरे, कळते मला. आज

"

या जगात पावलापावलावर कितीतरी स्वार्थी लोक आहेत. स्त्रीगुणाची लालसा मनात ठेवणारे कितीतरी पुरुष रस्त्या-रस्त्यावर भेटतात. स्त्रीच्या सौंदर्याची पारख करून खोटारडे प्रेम करणारेही कित्येक असतील. अरे, कित्येक मैत्रिणी मी अशा शरीरसुखात होरपळणाऱ्या बघितल्यात. कुठे आले यात प्रेम? अशा या सहसंबंधालाच लोक प्रेम म्हणतात. वासनेच्या गर्दीत बाजार भरवणारे, मनाला दुखवणारे असे प्रेम काय कामाचे? कदाचित मीही या अगोदर कधी कुणावर प्रेम केली असती तर! तशीच वागली असती काय रे? पण खरं सांगू काय? मला ते मुळीच पटणार नव्हतं. म्हणूनच मी कित्येक तरुणांनी जवळ येऊनही त्यांना टाळलं होतं. मी पण प्रेमाची भुकेली होती रे! पण ते प्रेम मला तूच देऊ शकतोस, हे तुझ्या डोळ्यात बघताक्षणी मला दिसलं होतं.”

“तू नेहमी म्हणतोस ना! ‘माझी मधाळ डोळ्याची राणी’ म्हणून, पण राजा, तू खरंच दिव्यदृष्टी लाभलेला दिव्य पुरुष आहेस! प्रेमाची दिव्यदृष्टी तुझ्यात मला दिसली. म्हणूनच तुझ्या दूरवर राहूनही कित्येक दिवस तुला एकतर्फी मनाने हृदयात जपत होती. खरंतर तुझ्याशी कसं बोलावं? कसं सांगावं? तुझ्यासमोर मन कसे उलघडावे म्हणून किती चिंता करीत राहिली. खरंतर एक अनामिक भीतीही होती. तुझ्यावर प्रेम करण्याने मला काय मिळणार? हाच खरा प्रश्न. खरंतर असं ज्यांचं कुणाचं प्रेम असतं ना ते वासनांध प्रेम असतं. मला नाही का कळत? पण मला तुझा खरंतर आधार हवा होता. जगण्याचं बळ हवं होतं. या संघर्ष काळात ते तुझ्याशिवाय कोणीही देऊ शकणार नाही. हेच मला कळलं होतं. याचमुळे मी हा एवढा अट्टाहास केला होता. खरंतर तू मला ‘पगली’ म्हण की आणखी काही. तुझ्या संसारात कुठे मला विष कालवायचं होतं? मला फक्त तुझ्या मानसिक आधाराने पुढे जगायचं होतं. एवढंच...”

“अरे, बाबाचं प्रेम नाही मिळवू शकली. अशा दिवसात तू माझा ‘बाप’ म्हणून डोळ्यासमोर यायचास. आईचं प्रेम मिळत असतानाही कुटुंबात होणारी दीनता बघून तुझ्यात मला माझी माय दिसायची. कारण तूच आईसारखं प्रेमळ मनाने पदरागत मला सावली देऊ शकतोस एवढा प्रचंड आत्मविश्वास निर्माण झाला होता. आज खरंच मी स्वतःला खूप

भाग्यशाली समजते. तूच माय-बाप, भाऊ-बहीण आणि त्याहीपलीकडे मनाने जपणारा एक माणूसकी लाभलेला माणूस म्हणून माझ्याजवळ आहेस. कोणी काहीही म्हणू देत. त्याला गोडस 'प्रियकर-प्रेमीक' नाव ठेवू देत, पण तू खरंच माझा सर्वोतोपरी सखा आहेस. अखेरपर्यंत मी तुझ्या या सर्व रूपातील प्रेमाला कवटाळत उरात दडवून बसणार आहे. मग सांग ना! तू तर फक्त 'पावडर' होऊ काय? म्हणून विचारणा करतोस. नाही रे राजा! तू माझं पावडर नाहीस. तू तर माझ्या कपाळावरची चंद्रकोर आहेस. मला ठाऊक आहे. उद्या ही चंद्रकोर कुणाच्यातरी नावाची असेल. एखाद्या अनामिक व्यक्तीची असेल. गळ्यातलं डोरलंही ते दुसऱ्याचं असेल आणि मी पण सर्वस्वी दुसऱ्याची असेल. पण मला नाही वाटणार काही. अरे, हे जीवनगणित... पुढील भाकीत तुझ्या मनाने सोडवलेले आहे. तू तर माझ्या काळजाचा अविभाज्य भाग झाला आहेस. तू म्हणाला होतास ना! माझ्यावर जेवढं प्रेम करतेस तेवढंच प्रेम येणाऱ्या भावी पुरुषावर करशील. त्यात मला बघशील. होय रे राजा! त्याक्षणी देह दुसरा असेल पण त्यात तुझं मन बघत असेल. नक्कीच लक्षात असेल हे सारेकाही जीवनभर. पण तू असा स्वतःला कवी कल्पनेत अडकवून 'पावडर' ठरवू नकोस. एवढंच मागणं आहे. अरे! रात्रौ बराच वेळ या प्रेमभावनेत गुंतून रडली. कितीदा हमसून रडताना हुंदका बाहेर यायचा. मला काहीएक कळत नव्हतं. पण खरं सांगू काय? या व्हॅलेंटाईन डे ला तू मला भेट दिलेली ती कविता खरंतर अनोखी आणि अप्रतिम अशीच आहे. होय, शहाजहानने मुमताजला दिलेल्या ताजमहलपेक्षाही अनमोल शब्दाची ती इमारत आहे. तुझ्या प्रत्येक रंध्रेय मनातील विचारांची ती झेप होती. मला समर्पित असलेल्या भावनेची ती उब होती. ही ऊर्जा खरंच मला पुढेही अशीच मिळत राहावी. नाहीतरी तू कायम मला ही उब देणार आहेस एवढा अढळ विश्वास आहे. आज एक वर्ष पुरते लोटले, या आयुष्यातील भरभरून प्रेम तुझ्या वतीने मला प्राप्त झाले आहे. पुढे काही कमीपणा आला की, कमतरता राहिली तरी जीवनातील तृप्ती या अत्यल्प वेळातही तुझ्यामुळेच लाभली आहे, राजा!"

"अरे, सोनाराने सोनं पारखावं तेवढं तू मला पारखलं आहेस. तेव्हाच तू माझ्यात गुंतलास. पण त्याहीपेक्षा मी शिंपल्यात मोती शोधत होती. हे तुला आज कळेल. खरंतर तू माझ्यासाठी या जीवनातील शिंपल्यातला अनमोल मोती आहेस. तूच तर माझा खरा 'हिरा' आहेस. आणखी काय? मला ठाऊक आहे. माझी सर्वस्वी जबाबदारी स्वीकारणे साधे कार्य नव्हते. असं जगणं, जबाबदारीच्या विळख्यात अडकणं, पण स्वतःसाठी जगण्याचा विचार मात्र तू सोडून देऊ नकोस. राजा, तू तुझं जगणं उदंड जग, तुझ्या संसाराचं जगणं मुक्तपणे जग, माझी काहीपण चिंता करू नकोस. मात्र माझ्या अंतरंगातील वेदनांच्या जखमेवरील तू मलम होऊन, मला वेदनामुक्त करायला निघालेला तू, माझ्या जीवनाचा वैद्यक झाला आहेस. एवढं मात्र खरं!"

स्मिता बराच वेळ आरशासमोर उभे राहून मनाशी असेच काहीतरी बोलत राहिली.

"अगं स्मिता, काय झालं? बघ ना ती घरातील कामे." आईने आवाज दिला होता.

स्मिताला थोडं बरं वाटत नव्हतं म्हणून ती विचार करीत राहिली. स्मिताचे मन सकाळप्रहरी कलशच्या आठवणीत गुंतल्याने ताजेतवाने वाटत होते. घरातील पसरलेली कामे आटोपायची होती. होय, आता बाबाची तब्येत बरी होती. शेतीवाडीची इतर कामे सुरू होती. मात्र स्मिताला चिंता होती ती स्वतःच्या बळावर उभं होण्यास्तव पुढे कुठेतरी पर्यायी व्यवस्था करीत नोकरी मिळवण्याची.

"अगं स्मिता, आता तू अभ्यासाकडे लक्ष दे! तू हुशार आहेस. तू नक्कीच स्पर्धापरीक्षेत यश मिळवशील." कलश नेहमीच म्हणायचा, कलशचे वाक्य तिला आठवत होते.

"होय, आपण पूर्वीही अकादमी स्पर्धा परीक्षेची तयारी केली आहे. पण आपल्या आर्थिक परिस्थितीचे गणित जुळले नाही. किती अनंत अडचणी आणि संघर्षाचे जीवन वाट्याला आले. होय, आपल्या सोबतच्या काही मैत्रिणी आज यशस्वीही झाल्यात पण आपण या काळाच्या गर्द अंधारात यातना भोगताना अंधाराचेच प्रवासी झालोत. दोन वर्षे उलटली आपण आता विचार करायला हवा. होय, आपण

नक्कीच अभ्यास करून यश मिळवू शकतो...”

स्मिताने सकाळपासून दुपारपर्यंत घरातली सटरफटर कामे उरकली होती. दुपारचा मोकळा वेळ, भिंतीच्या कोपऱ्यातील आलमारीत असलेली ती पुस्तके, स्मिताने बऱ्याच दिवसापासून न चाळलेली. तिचे पुस्तकाकडे लक्ष गेले. ती पुस्तकाकडे एकटक बघत राहिली. दुपारचा निवांत वेळ. तिने पुन्हा कलशच्या आठवणीत गुंतत हळूच सर्व पुस्तके बाहेर काढून टेबलावर ठेवली. त्यावरील धूळ झटकली. खरंतर कलशला भेटल्यापासून घरात आलेली ही पन्नासहून अधिक पुस्तके. कथा, कविता, कादंबरीसह स्पर्धा परीक्षेची तयारी करण्यास वेगवेगळ्या विषयावरील पुस्तके होती. त्या अकादमीत असताना फक्त एक पुस्तक विकत घेता आलं होतं. पण कलश भेटल्यापासूनची ही पुस्तके. कलशला पुस्तके वाचण्याची खूप आवड. तेवढीच स्मिताला असलेली आवड नि ओढ...

स्मितालाही कलशमुळे वाचण्याची खूप आवड लागली होती. तिची आवड बघून कलशने नित्यनेमाने तिला पुस्तके भेट दिली होती. खूप सुंदर अशी वाचनीय पुस्तके. एकदा तर एकाच वेळेस वीस पंचवीस पुस्तकाचा संच आणून दिला. ती आश्चर्यचकित झाली होती. तो क्षण तिला आठवू लागला होता. होय, स्पर्धा परीक्षेचा फॉर्म भरल्यानंतरचा तो दिवस. ती बँकेत फावल्या वेळेत पुस्तक वाचत होती.

“काय गं कशाचं पुस्तक वाचते आहेस?” कलशने विचारलं होतं.

“हे स्पर्धा परीक्षेचे आहे.”

“कुठल्या परीक्षेला बसली आहेस?”

“लिपिक पोस्टला अप्लाय केले आहे.”

“अरे वा छान! मग छान अभ्यास कर. हो, पास व्हायलाच हवं.”

“नाही जी, पण या खेड्यात कुठला होतो अभ्यास. चांगलं मार्गदर्शन मिळालं असतं तर! पण ते अशक्य आहे.”

“का बरं? घरी अभ्यास नाही का होत?”

“घरची कामे, बाबाचे आजारपण, ही परिस्थिती, खूप टेन्शन असतं ना! मनच लागत नाही. अभ्यासाची दिशा अकादमीत जशी मिळते तशी इथं कोण देणार? मला तर इंग्रजी विषयाचा थोडा प्रॉब्लेमच आहे.”

"अगं जेवढं कळते तेवढाच करायचा अभ्यास. काही अडचण आली तर सांग. मी सोडवीन प्रॉब्लेम."

"खरंच, सांगणार मला! मला थोडं इंग्रजीचं मार्गदर्शन हवं आहे. पण..."

"पण काय...? बरं मला बऱ्यापैकी इंग्रजी येते. मी सांगेन."

"पुन्हा माझ्याकडे विविध विषयावरचे पुस्तक नाहीत ना जी! ही सुद्धा एक अडचण आहे. मग काय होणार अभ्यास?"

"मग काय त्यात एवढं? विकत घ्यायची ना!"

"हो पण, पुस्तकाच्या किमती खूप महागड्या आहेत आणि घरची ही अशी परिस्थिती, मनात असूनही काही विकत घेता येत नाही." स्मिताचा बोलताना रडवेला झालेला चेहरा.

"अशी कशी गं तू? मनाला लावून घेते आहेस. मी आहे ना! तू सांग. कुठली पुस्तक घ्यायची आहेत?"

"पण मी नाही घेऊ शकणार जी."

"त्यात काय एवढं? तुला पुस्तकाची गरज आहे ना! मी आणणार तुझ्यासाठी. अगं मी देणार तुला गिफ्ट. तुझ्या यशस्वी जीवनासाठी. कदाचित माझ्या सत्कार्यामुळे तू यशस्वी झालीस तर! त्यात माझाही खारीचा वाटा असेल. तुला ठाऊक आहे काय? श्रीरामासाठी हनुमंत सेतूपुल उभारत असताना इवलीसी खार त्यांचे कार्य बघून आपल्या अंगाला रेतीमाती चिपकवून आणून त्या सेतू पुलातील दगडावर टाकीत होती. अगदी तसाच माझाही वाटा असेल. मला आनंदच होईल." कलश अगदी स्मित हसत म्हणाला होता आणि स्मिता त्याकडे बघतच राहिली.

कलशने चार दिवसांनी पंचेवीसहून अधिक पुस्तके आणली होती. स्मिताला भेट दिली. खूप वेगवेगळ्या विषयावरील विभिन्न अशी माहिती असलेली पुस्तके होती. ती कलशने दिलेल्या त्या पुस्तकाकडे बघतच राहिली होती. तिच्या डोळ्यातून आनंदाश्रू पसरले होते.

स्मिताने हलकेच पुस्तकावरील धूळ सरकवीत एक पुस्तक हातात घेतले. कलशने दिलेलं ते कवितेचे पुस्तक होतं. तिने पान पलटविलं. त्यात असलेलं मोरपंख, तिला आठवलं... मागल्या काही दिवसापूर्वी

कलशने प्रेम स्वीकारल्यानंतर तिला ते पुस्तक भेट दिलं होतं. होय, 'ओढ' कवितेचे ते पुस्तक आणि सोबत दिलेले ते प्रेमळ मोरपंख.

"आवडलं तुला?"

"काय सुंदर! कुठून आणलं जी? माझ्यासाठीच ना!"

"होय तुझ्यासाठीच. तू माझी मोरणी आहेस म्हणून हे मोरपंख..."

"थँक्स यू!"

"फक्त थँक्स...!"

"मग काय?" ती हसली होती.

"तू फुलाप्रमाणे फुलावंस. तुझं मन सदोदीत आनंदी राहावे या करिताच ही भेट. जेव्हा-जेव्हा हे मोरपंख तुला दिसेल, तेव्हा-तेव्हा मी तुला आठवेन. आणि हो! ही ओढ... पुनःपुन्हा वाढत जाईल. या 'ओढ' संग्रहातील कधी कविता वाचशील. तुला नक्कीच माझी आठवण येईल. जणू या कविता मी तुझ्यावर लिहिल्यात असाच भास तुला नेहमी होईल. खरं सांगू! तुझ्या जीवनात मी इतका ओढला गेलोय की ही ओढ न संपणारीच..." कलश प्रेमभावनेने तिला म्हणाला होता.

तिला सारंकाही त्याचं बोलणं, ती प्रेमभेट. ते मोरपंख आठवत होते. तिने हळूच पुस्तकातील चार पानं पलटविली. त्यातील ती एक कविता... अगदी मनाला भिडलेली... ती वाचू लागली होती. डोळ्याच्या पापण्यासमोर कलशचा भास होत त्या पाणवलेल्या होत्या....

"रंध्रेय मनात होणारी गुंतागुंत

जीव कावराबावरा

आणि आस आरक्त गडद होते

जीवन वर्तुळातील केंद्रबिंदूत

आपलेपण आपल्यालाच छेदत जाते

घरातले घरपण,

वेशी ठरवून घालतात बंधने

तेव्हा मात्र ओढ आकांक्षा

पांढऱ्या फक्कड झालेल्या

नि आधार देणारी माणसे

कावीळ झाल्यागत

पिवळसर डोळ्यांनी
पिवळे-पिवळे निरखत बसतात
आधार कार्ड हरवल्याची फिर्याद
मात्र कायम असते
काळाच्या वांझोट्या रेषा
स्वार्थी मनातील कंपने
मनातला समजूतदारपणा शोधत असतो.
आटलेल्या डोळ्यातील विहीर-पापणीला
पुर येत नाही तोवर...
एक आगंतुक तेवढा...
डोळ्यात भरतो
मन पालवी फुटताच
सुगंधीत रानवेडा होऊन
मनमोर मनात नाचतो.”

स्मिताचे डोळे पाणावलेले. कलश मनमोर होऊन मनाच्या कप्प्यात दरवळत असलेला. बराच वेळ ती कवितेची पाने चाळत राहिली. तो मोरपंख बघत राहिली. रात्रौची कलशची कविता, व्हॅलेंटाईन डे ला दिलेली ती कविता भेट आणि ही ‘ओढ’ रुपी कवितेची भेट डोळ्यासमोर...

ती सारखी कलशला आठवीत होती. कलश तिला समोर असल्याचाच भास होत होता. अलगद मोबाईल तिने हातात घेतला होता. “होय, आज रविवार... सुट्टीचा दिवस... कलश मोकळाच असेल. करावं काय फोन?” मनात तिच्या विचार येत होते. थोडा वेळ ती स्तब्ध राहिली. हिंमत एकवटून मात्र बोलायचं म्हणून तिने नंबर डायल केला होता. पलीकडे रिंग जात होती. कलशने सुंदर रिंगटोन ठेवलेली. ते एक मधुर गीत तिला ऐकू येत होते. ती गीत ऐकण्यात तल्लीन झालेली...

“तेरे मेरे ओटो पे, प्रीत मितवा...
आगे आगे चले तुम.... पीछे पीछे प्रीत मितवा....”
***

22

"अगं ऐक ना स्मिता, परिचर भरती जागा निघाल्यात. मी तुला मेसेज पाठवला आहे. वाचलं की नाहीस?"

"हो, बघितला ना!"

"मग काय मत आहे तुझं?"

"नको, राहू दे रे! सारख्या परीक्षा द्यायच्या. कंटाळा आलाय मला. अरे, मी हुशारही नाही आणि अकादमीसारखं मार्गदर्शन नसल्याने कुठे निघतात रे हे पेपर. बघ ना किती विद्यार्थ्यांत कॉम्पिटिशन आहे. पाचपन्नास जागांच्या भरतीसाठी ती चाळीस-पन्नास हजार मुले परीक्षा देतात. कुठे लागणार रे यात माझा नंबर? आता मी थकली रे! तुझ्या इच्छेखातर भरलेत ना चार-पाच फॉर्म. पण कुठे आलं यात यश आणि पुन्हा तेच..."

"अगं, तसं नाही. आता पाठवलेल्या भरती जागा बघ. 'ड' श्रेणीच्या मोजक्याच असल्या तरी संधी छान आहे. पुन्हा एकदा तर देऊन बघू. आलं तर यश, नाहीतर आहोतच असे. परीक्षा द्यायला काय झालं? फक्त आपले हजार रुपये आणि येण्या-जाण्याचा खर्च पाचशे रुपये. मीच तर देणार ना तुला. मग तुला कशाची चिंता?"

"नाही रे! तसं काही नाही. माझ्यासाठी किती खर्च करायचा? अरे, मला घरापासून ते माझ्यापर्यंत सर्व काही बघतोस. किती तू तरी माझ्यासाठी सोसायचं, झिजायचं सांग ना? अरे, मी नाही एवढी नशीबवान. नाहीतर श्रीमंताच्या घरात जन्माला नसती का आली?"

"अगं, असं का निगेटिव्ह बोलते आहेस? मनाने मी तुला सकारात्मक करतो आणि तू पुन:पुन्हा तेच... मी तुझे काहीही ऐकणार नाही. तुला उद्याला फार्म भरावाच लागेल. 'इट्स माय ऑर्डर' नाहीतर... खरं सांगू का राणी! तू कमनशिबी नाहीस. खूपखूप भाग्यवंत आहेस. माझी भाग्यलक्ष्मी आहेस तू! आणि मी तर तुला दत्तक घेतले आहे ना! मला जे पटेल ते तुला करावंच लागेल. सारेकाही तुझ्या भल्यासाठीच तर सांगतो आहे ना!"

"हो रे माझ्या राजा! माझ्या भल्यासाठीच सांगतोस. बरं, बघते मी. उद्याला फॉर्म भरेण झालं तर!"

कलशने मोबाईलद्वारा नोकरी संदर्भ मधून जाहिरात बघत स्मिताला पाठविली. तिला फॉर्म भरायला सांगितला होता. स्मिताने आजतागायत चार-पाच स्पर्धा परीक्षेचे फॉर्म भरले होते, पण त्यात यश आलं नव्हतं. कुठेतरी मार्क कमी पडत होते. ही स्पर्धा यात टिकणं कठीण जात होतं.

स्मिताचे नकारार्थी मन त्याने सकारात्मक केले होते. तिच्या पाठीमागे तो सावलीसारखा खंबीर उभा राहत, तिला स्वतःच्या पायावर उभे करण्यासाठीची ही धडपड सुरू होती. स्मिता या संघर्ष प्रवासात स्वतःला खंबीरपणे उभं करण्यासाठी प्रयत्न करीत राहिली.

कलशने स्मिताला फॉर्म भरायला सांगून बरचसं बोलत फोन कट केला. कलशशी बोलताना ती नेमकी भाऊक व्हायची. कलशही तिच्याप्रति पूर्णपणे समर्पित होऊन तिला जगण्यास बळ देत राहिला होता

सुमा माहेरी गेली होती. ऑफिसला सुट्टी असल्याने कलश घरात एकटाच होता. सारखी स्मिताची आठवण करीत तो तिचे रूप आठवीत राहिला. कलशला आजवरील दीड वर्षाच्या अनंत आठवणी मन पटलावर येत होत्या.

होय, दीड वर्षाचे झालेलं आपलं प्रेम, या दीड वर्षात स्मिता किती आनंदीत राहिली. आपण सुद्धा स्मिताला पंधरा-वीस दिवसातून एखाद्या वेळेसच भेटायचं, बोलणं व्हायचं. किती विरह सहन करावा लागतो नाही का? तिलाही आणि आपल्यालाही...

वाटते, स्मिता अगदी जवळ राहावी. आपण तिला निरखावं. अगदी मनाचा कोंडमारा करीत आपण प्रेम करतोय तिच्यावर.

होय, आपण तिचे प्रेम स्वीकारल्यापासून ते आजतागायत मनाने ठरविल्याप्रमाणे सहकार्य, मदत केली आहे. यामुळेच आपलं मन अगदी आनंदीत आहे. तिच्या आनंदातच आपण आपलं आनंद शोधतो आहोत.

होय, आपली सखी, प्रेयसी आणि सारेकाही नाते निभावणारी स्मिता, स्वतः कुठेतरी जॉब मिळवून पुढे जीवन घडवू बघणारी स्मिता, आई-बाबांच्या वाट्याला आलेली दीनता त्यावर मात करून उभे राहू बघणारी स्मिता, अगदी अल्पवयात खंबीरपणे संघर्ष करीत डोळ्यातील पापण्यातून सदोदीत अश्रू गालावर घरंगळवणारी स्मिता, काळजातून आपल्याला मन समर्पित करीत भल्या-वाईट बाबींचा विचार करत माझ्या रूपाने आधार शोधणारी स्मिता, म्हणूनच खूप-खूप आवडते ती. या इतक्या दिवसांत भरभरून प्रेम केले तिने. जीवनाचा संघर्ष सोसत, प्रेमातही विरह संघर्ष असणारी ती कमनशिबी स्मिता, स्वतः खोटे-खोटे का असेना पण मनाने हसरंपण दाखवीत जगते आहे.

स्मिता तुझे हसरेपण हे खरं करायचं आहे. त्यासाठीच तर तुझ्या संमतीने तुझ्याशी जणू गांधर्व विवाह केला आहे. पण हा विवाह फक्त मनाच्या मिलनाचा ठरला. शरीराच्या मिलनाचा नाही. कारण शपथच तशी घेतली आपण. आज वाटतंय, आपल्या वयात अंतर फार असले तरीपण मनातील विचाराचे अंतर सारखेच आहे. 'लव यु टू मच स्मिता...'

कलश मनातल्या मनात स्मिताशी घालवलेले अनंत विचाराचे क्षण नि क्षण आठवीत होता.

होय, स्मिता अकादमीत असताना ह्या स्पर्धापरीक्षा देऊन समोर जाण्याचा प्रयत्न असफल झालेला होता. कधीतरी कुणावर प्रेम करावं, पण या परिस्थितीने जीवन संघर्षाने होरपळत असताना प्रेमाला मुकावं लागलं होतं. बाबाचे आजारपण, दैनंदिन परिस्थिती बेताची झाल्याने काम करून पुढे शिकणेही कठीण झाले होते. तेव्हाच तिचे ऑफिसात आगमन झालेले. तिने केलेले एकतर्फी प्रेम, आपण पुढे स्वीकारलेल प्रेम, व्हॅलेंटाईन डे, मेसेज, खरंच, तिचे प्रश्न, प्रेम स्वीकार सोहळा, ती

भेट, ती रंगपंचमी, विवाह आणि कितीतरी क्षण जसेच्या तसे आठवित डोळ्यासमोर उभे राहात आहेत.

कलशने अलगद मोबाईल उघडत स्मिताची डीपी बघितली. स्मिताने एका गुलाब फुलाची डीपी लावली होती. कलशने तिला मेसेज दिला. मात्र ती ऑनलाईन नव्हतीच. आज शेतात काम असल्याने ती शेतावर गेली होती.

'होय, आज तिला गावाला बोलावलं असतं तर! खूप एकांतवास भेटून भरभरून बोलणं झालं असतं. पण तिला घरची कामे, शेताची कामे करून अपार कष्ट करीत झिजावे लागते आहे. तिच्यासमोर नेहमी तिचं भवितव्य उभं असायचं. या बेताच्या परिस्थितीवर मात करून संघर्षाने का असेना कुठेतरी वाट मिळावी, जगणं सुखकर व्हावं असंच तिला वाटायचं. कदाचित हे जीवन, जीवनाची घडी अशीच राहिली तर! पुढे आई-बाबा एखाद्या शेतकरी कुटुंबात गरीब परिस्थितीत लग्न लावून मोकळे होतील. मग ती शेतकरी जीवनाची वाट, दररोज ढोराप्रमाणं राबणं, काबाडकष्ट हेच नशिबात राहणार होतं. होय, या परिस्थितीला तिला बदलवायचं होतं आणि त्यासाठीच मीही या प्रेमळ स्मिताच्या चेहऱ्यावर स्मित हसू उमलावे यासाठीच खूप धडपडत आहे.'

स्पर्धा परीक्षाकरिता खरंतर संगणक परीक्षा पास होणं गरजेचं होतं. स्मिताने जवळच्या खेड्यावर संगणक क्लास लावले होते. परंतु ते क्लास काही दिवसांनी बंद पडले. भरलेली फी वाया गेली. ती फार हिरमुसली होती. पुन्हा शहरात जाऊन संगणक क्लास लावावे, परीक्षा द्यावी असे तिला वाटायचे पण परिस्थिती जुळून येत नव्हती.

कलशला कळताच मित्रांच्या मदतीने शहरात स्मिताची संगणक परीक्षेला ॲडमिशन करून घेतली. वारंवार तिथे प्रॅक्टिसला जावे लागेल म्हणून घरीच तयारी होण्यासाठी सुविधा उपलब्ध करून दिली. भर पावसात संगणक परीक्षेला जाताना तो दिवस त्याला आठवत होता. जवळ रेनकोट नसताना गाडीवर बसून ओले होत परीक्षेला समोर जाणारी, थंडीने कुडकुडणारी स्मिता, अगदी मनाने हुशार असल्यामुळे तिने कमी दिवसात प्रात्यक्षिक व पेपर पूर्ण करीत छान मार्क्स मिळवत अगदी कमी दिवसात ती संगणक परीक्षा पास झाली होती.

"राजा, मी पास झाली रे!" संगणक केंद्रातून परीक्षा होताच अगदी आनंदाने उडी मारत तिने कलशला कळविले होते.

कलशच्या मनात अनंत आठवणीचे उमाळे येत होते.

"स्मिता आता खूप भरती जागा निघताहेत. फॉर्म भरीत चल."

"हो ना! तुम्हाला कळलं की मला सांगत चला."

मध्यंतरी लिपिक पोस्टचाही फॉर्म भरला पण मोबाईल प्रॉब्लेममुळे ती परीक्षा देऊ शकली नव्हती.

"अगं, सुरक्षा विभाग भरती जाहीर झाली आहे. तयार आहेस ना!"

"हो ना जी! मी तर या भरतीची केव्हापासून वाट बघत आहे. माझे ग्रीन आर्मी बनण्याचे स्वप्न आहे. मी अकादमीत खूप शारीरिक चाचणीचा सराव केला आहे. माझा पेपर निघाला तर शारीरिक धावचाचणीत मी अगदी फिट आहे."

"खरंच! मला नव्हतं माहित."

"होय, मला धावण्याच्या शर्यतीत प्राईज मिळाले आहेत ना!"

"अरे वा! अभिनंदन. पण या परीक्षेत अभ्यास करून तू यश मिळव हं!"

"जी!"

स्मिताने सुरक्षाविभाग भरतीची जाहिरात बघून फॉर्म भरला होता. जिल्हास्तरावर लेखी चाचणी होणार होती. अगदी मनाला लावून ती या चाचणीतील सर्व विषयाचा अभ्यास घरीच करायची.

"मला याक्षणी अकादमीचे मार्गदर्शन लाभले असते तर! मी नक्कीच लेखी चाचणीत यशस्वी झाली असती. पण घरी कुठे अभ्यास होतो. सोप्या-सोप्या ट्रिक्स, मार्गदर्शन महत्त्वाचं असतं. इंग्रजी विषय तर तसा कठीणच, पण प्रयत्न करते हं!"

"अगं, एवढी सारी पुस्तके आहेत ना आता तुझ्याकडे! आणि सोबतीला युट्युब, टेलिग्राम चॅनेल, गुगल आहे. ऑनलाईन अभ्यासाबाबत तुला सांगितलं आहे. अगदी मनातून अभ्यास कर."

जी. मी करते आहे. पण..."

"पण काय?"

"घरी अभ्यासात मन लागत नाही."

"मग अकादमीत जातेस काय? सांग. चल, करूया ॲडमिशन. मी करणार सर्वतोपरी खर्च."

"नाही जी. आता आई-बाबांना सोडून अशा परिस्थितीत घर सोडणं अशक्य वाटते बघा."

"अशीही आणि तशीही म्हणतेस. तूच काय करायचं ते ठरव. मला ठाऊक आहे तू हुशार आहेस. तू नक्कीच थोड्या प्रयत्नाने यशस्वी होशील."

"तुमचा आशीर्वाद मला खूप मोलाचा आहे. नक्कीच मी यशस्वी होणार."

स्मिताने फॉर्म भरून जिल्ह्यावर परीक्षा दिली. पण आपण वाचलं ते बरेचसं न येता इतरच प्रश्न आल्याने ती गोंधळली होती. मनासारखा पेपर सोडवला नाही ही खंत. तरीपण तिने स्वमेहनतीने बराच प्रयत्न करून पेपर सोडविला होता. अखेर त्या पेपरात तिला शेकडा ब्याअंशी मार्क मिळाले होते. ती आनंदीत झाली होती. तिने शारीरिक धाव चाचणीचा सराव सुरू केला. सतत दोन महिने सकाळ-संध्याकाळ धावणे, बारा मिनिटात तीन किमी अंतर पार करायचं, याकरता ती कसून सराव करू लागली होती.

आणि भलतंच घडलं, एके दिवशी धावताना पडल्याने स्मिताच्या पायाला मार लागला होता. हॉस्पिटलला जाऊनही पाय बरा होत नव्हता. तीन-चार डॉक्टर बदलले पण अपयशच. पाय दुरुस्त होऊन आता धावणे कठीणच. धावचाचणी जवळ आलेली. मर्यादित वेळात धावून ती पूर्ण करू शकत नव्हती. तरीपण ती डॉक्युमेंट व्हेरिफिकेशन पूर्ण करीत दुखणे असलेल्या पायाने धावचाचणीला हिमतीने उभे राहिली.

अगदी पहाटेलाच असलेली ती धावचाचणी. मर्यादित वेळात आपण पूर्ण करू शकणार नाही तिला माहीत असल्याने आपण स्पर्धेतून बाद होणार हे तिला माहीत होतं. तरी पण ती धावायला जिद्दीने उभी राहिली.

पायात बुटांना चिप लावल्या गेली. ती दुखऱ्या पायाने धावत राहिली. मागचे समोर जात होते. मात्र लक्ष्य समोर होते. डोळ्यात आसवांचा पूर ओसंडून वाहत होता. डोळ्यासमोर फक्त कलश आणि ते ग्रीन आर्मी

बनण्याचे ध्येय. अगदी सतरा मिनिट वेदना भोगत तशीच धावली. तिला जिंकायचं होतं पण वेदना, संघर्ष सोबतीला आणि नशिबाचा कल खरच तिच्या बाजूने नव्हताच. ती शेवटची धाव. ती मटकन खाली बसली आणि ओक्साबोक्शी रडू लागली. हातात आलेलं लेखी चाचणीचं यश, पण ज्या धाव चाचणीवर विश्वास होता ती या थोड्याशा अपघातामुळे, दुखण्याने हिरावली होती. तिचे ग्रीन आर्मी बनवण्याचे स्वप्न स्पर्धेत असूनही मिटले, संपले होते. ती पुन्हा या नशिबाच्या चक्रव्यूहात निराशमनाने गुंतून मनकोंडी होऊन जगू लागली होती.

"राजा, तुझ्यासाठीच धावली रे! ती शेवटची धाव. यापुढे मी कधीही धावणार नाही. खूप मनात आशा होती. पण काय करू? या पायाने दगा दिला रे! राजा, माझं नशीबच खराब आहे रे! नाहीतर असं घडलंच नसतं. स्वॉरी राजा, माझं जगणं असं निरर्थक झालं आहे."

"अगं या अपघातामुळे घडले ते जाऊ दे! 'देव करते भल्यासाठी.' नसेल तुझ्या नशिबात हा जॉब. पण पुढे अशा अन्य परीक्षा आहेत ना! त्यातून काढू मार्ग. मी आहे ना तुझ्यासोबत! अशी निराशमय होऊ नकोस गं! बघ, कितीतरी विभागाच्या भरती जागा येत आहेत. आपण त्या बघू. त्यात कुठे आली धावचाचणी. तू हुशार आहेस. अगं बघ, अनेक मुलं-मुली लाख रुपये ट्युशन क्लासेसवर खर्च करून पन्नास टक्के मार्कही मिळवीत नाहीत. तू तर स्वबळावर घरी अभ्यास करून ब्याअंशी टक्के मार्क मिळवलेस. माझी राणी गुणवान आहे. तू नक्कीच पुढे यशस्वी होणार आहेस. तुझा प्रवास असा संघर्षमय असला तरी आणखी मनाला समाधान देत आनंद नक्कीच देणारा असेल. बयाबाई, पगली तू रडू नकोस. मी सोबत आहे ना!" कलशने तिला नकारात्मक मनातून बाहेर काढलं होतं.

स्मिता कितीतरी दिवस त्या अपयशाने खचली होती. पुढे कलशने आग्रह केल्याने पुन्हा दोन-तीन परीक्षेचे फॉर्म भरून नव्याने अभ्यासाला लागली. तिला यश मिळवायचं होतं. कलशने दिलेला आधार, तिच्यासाठी आर्थिक व इतर बाबीतून केलेली मदत, सारं-सारं काही त्याला आठवत होतं.

कलश स्मिताच्या जीवनातील अनंत संघर्षमय प्रवासाचा साक्षीदार होता. कलशनी पुन्हा मोबाईल बघितला. स्मिता सायंकाळी घरी असल्याने ती ऑनलाईन दिसली. दिवसभर तिच्या आठवणी उगाळतच दिवस गेलेला. कलशने रिंग दिली. पलीकडून आवाज आला.

"कशी आहेस?"

"छान. आता शेतावरून आली! खूप आठवण तुमची."

"मला पण." कलशचे स्मिताशी अगदी तन्मयतेने बोलणे सुरू होते.

"अगं, परिचर भरती जागा निघाल्यात. तुला मेसेज पाठवला आहे वाचला की नाही?" कलशने तिला म्हटलं.

कलश स्मिताच्या फोनभेटीने बहरून बोलत राहिली होती. पलीकडील शेजारच्या घरातून टीव्हीवरील आवाज वाढवल्याने कलशला एक गीत मंद स्वरात ऐकू येऊ लागले होते. कलशला ते गाणे आवडले होते आणि त्याने तिला ते गाणे स्वतःच म्हणून दाखवले. ती कलशच्या मधुर आवाजात गीत ऐकत त्याच्या प्रेमात तल्लीन झाली होती.

"अपना बना ले पिया, मुझे अपना बना ले पिया

दिल के शहर मे तू मुझे बसा ले पिया

तू मेरा कोई ना होके भी कुछ लागे

किया रे, जो भी तुने कैसे किया रे

जिया को आखो मे बांध ऐसे लिया रे

समजके भी ना समज ना सकू

सवेंरो का मेरे तू सुरज लागे

तू मेरा कोई ना होके भी कुछ लागे...."
***

23

खरंतर मी खूप हिरमुसली होती. कलशच्या सहवासात सकारात्मक होता-होताच नकारात्मकता आलेली. बालपणापासून आजतागायत केलेला जीवन संघर्ष जसाच्या तसा डोळ्यासमोर उभा राहायचा. मनातल्या इच्छा आकांक्षा पूर्ण होतील अशा कितीतरी रात्रौ रंगवलेले स्वप्न लयास जात होते. प्रत्येक क्षणी कितीतरी संघर्ष, समस्या, प्रश्नांना कुटुंबपातळीवर मी तोंड देत राहिले. इतरांचे सुख समाधान बघून मी कित्येक दिवस जिद्दीने, प्रयत्नाने यश मिळवण्याचा प्रयत्न करीत राहिले. आर्थिक परिस्थितीचा डोलारा उभा असताना खरेतर मी कित्येकदा आत्महत्येचाही विचार केला. खरेतर कलशमुळे या विचारावर मात करता आली होती. माझ्या जीवनात आलेला कलश मला पुन्हा उभं होण्याचे बळ देत होता. याचमुळे मी त्यांचेवर फिदा झालेली.

'आय गेट व्हॉट आय वॉन्ट.' मला जे पाहिजेत ते मी मिळवतोच. हे वाक्य कुठेतरी वाचल्याचे आठवते. या वाक्यागत मी जीवनातील प्रत्येक क्षणाला कवेत पकडण्याचा प्रयत्न केला आहे. कदाचित कलशवरील एकतर्फी प्रेमालाही मी या उक्तीगत मिळविलं काय? असा मला अनेकदा प्रश्न पडायचा. पण तसं नव्हतंच मुळी. कलश माझा झाला होता. होय, माझाच. मी त्या राजाची राणी. म्हणूनच जगायला मला उभारी आली होती.

कलश मला 'भाग्यलक्ष्मी' म्हणायचा. तो का असे म्हणायचा? मला काही समजलं नाही. पण त्याच्या जीवनात आल्यापासून तोही बऱ्याच कार्यात यशस्वी झाला होता. मलाही यशस्वी करण्याचे स्वप्न पूर्णत्वास

नेत होता. कलशने मला खूप मदत, सहकार्य, मार्गदर्शन केलं. मी त्याची आजन्म ऋणी राहणार आहे.

मी पाच-सहा परीक्षेचे फॉर्म भरलेत पण कुठेही यश येत नव्हतं. मला बऱ्यापैकी मार्क्स मिळत होते. सुरक्षाविभागाच्या परीक्षेप्रसंगी पायाला झालेल्या दुखापतीने माझे यश हातातून हिरावले होते. मी कित्येक दिवस हिरमुसून रडत राहिली. खरंतर मी किती कमनशिबी आहे, याचाच विचार करायची. त्याच कालावधीत असलेला एक पेपर मी परीक्षा सेंटरवर जाऊन देऊ शकली नाही. कलश खूप रागावला. चूक माझीच होती. माझा मोबाईल बिघडल्यामुळे मला अनेक दिवस विना मोबाईलने राहावे लागले. माझा स्वभाव पुन्हा एकलकोंड्यासारखा होऊ लागलेला. कलश माझी वारंवार भेट घेत तर कधी मोबाईलवर फोन करून मला फुलिवण्याचा प्रयत्न करीत राहिला. हळूहळू मी कलशमुळे स्वतःला सावरत गेली.

"अगं देव करतो भल्यासाठी! असं म्हणतात उगीच नाही. कदाचित तुझ्या प्राक्तनात यापेक्षा चांगला जॉब लाभणार असेल. यापेक्षा छान गोष्ट घडणार असेल म्हणूनच...." कलश किती छान समजावून सांगायचा. कलशने मला ती 'देव करते भल्यासाठी' ही राजाची कथा एके दिवशी ऐकवली. मी आसवे पुसून पुन्हा उठून बसले. नगरपालिकेच्या परीक्षेतही थोड्याशा मार्काने अपयश आले. तरीपण पुन्हा जिद्दीने मी अभ्यासाला लागून प्रयत्न करत राहिले. शेवटची धाव धावताना सलणारा माझा पाय त्याच्या वेदना क्षणोक्षणी हृदयात कंप भरवायच्या. मी त्या दुखण्याकडे दुर्लक्ष करून पुन्हा जिद्दीने उभी राहात प्रयत्न करायची.

मी रात्र-रात्रभर कलश सोबतच माझ्या जीवनाचा विचार करीत राहायची. प्रत्येक क्षणी कलश मला सोबत असल्याचा भास व्हायचा.

मी परिचर भरतीची जाहिरात येताच फॉर्म भरून पेपर दिला. आपण यात यशस्वी होऊ असे मुळीच वाटत नव्हते. वीस हजाराहून अधिक मुलांमुलींनी दिलेली ती परीक्षा आणि मोजक्याच तीस-पस्तीस असलेल्या जागावर निवड म्हणजे हास्यास्पद वाटत होतं.

"काँग्रॅच्युलेशन राणी."

त्यादिवशी कलशने रिझल्ट बघून माझे अभिनंदन केले. बातमी ऐकताच माझा ऊर भरून आलेला. मी इतक्या मुलांमध्ये पात्रच्या यादीत आली होती. पुढे प्रात्यक्षिक आणि मुलाखत यात आपली निवड होणार काय? प्रश्नचिन्ह उभे होते. सुरक्षाविभागाच्या परीक्षेसारखे अपयश तर नाही येणार ना!

"अगं, कशाला घाबरतेस. मी आहे ना! तुझ्या पाठीशी देव आहे. तू भाग्यलक्ष्मी आहेस. बघ तू यशस्वी होणार आहेस. फक्त मी सांगतो तसं कर."

"अरे, पण प्रात्यक्षिक किती कठीण अवस्था आहे. याला कसे समोर जायचे. पुढे मुलाखतही आहे."

मी नऊशे विद्‌यार्थ्यांत प्रॅक्टिकल मध्येही पास होत शेवटच्या दीडशे विद्‌यार्थ्यांत मजल मारली. तोंडी मुलाखतीला बोलावणे आले. हृदयाची धडधड वाढलेली. होय, शेवटच्या दीडशे विद्‌यार्थ्यांत फक्त पस्तीस व्यक्तींची निवड होणार होती. काय विचारणार मुलाखतीला? आपल्याला प्रश्न उत्तर नाही आले तर! आपण अपयशी ठरलो तर! किती मनाची घालमेल? किती किती प्रश्न? डोकं चक्रावणारे आणि मनाच्या वेदना तेवढ्याच मनात गुरफटणाऱ्या. मी रात्र-रात्रभर विचार करीत राहिली. मध्यंतरी बाबाची तब्येत पुन्हा बिघडली. वारंवार हॉस्पिटल जावे लागायचे. औषधांचा खर्च वाढलेला. तरीपण यावरही मात करीत समोर जाताना जणू मी तावून-सुलाखून निघत होते. हत्तीचं बळ देणारा पाठीराखा म्हणून कलश समोर उभा असायचा ना!

"मुलाखतीला सोबत चला न जी. मला भीती वाटते आहे."

"अगं, कशाची भीती? तुला जर सोबत हवी असेल तर नक्की येणार पण अशी घाबरू नकोस."

"प्रश्न कुठले विचारतील जी?"

"अगं, मला काय ठाऊक. पण तुमच्या जॉबअनुरूप विचारतील हे नक्की. तयारी केली आहेस ना!"

"हं, करतेय पण तुम्ही काहीतरी सांगा ना!" कलशला आग्रह केल्याने सोबत येणार होता. त्यामुळे स्मिताला बळ मिळणार होते.

त्या दिवशी आम्ही दोघे, एकत्र केलेला प्रवास. मी त्यांना वारंवार निरखत होते. एकमेकांशी काय बोलावे ते पण या मुलाखतीच्या गंभीर समस्याने सुचत नव्हतं. एकदाचे दुपारला डॉक्युमेंट व्हेरिफिकेशन होताच मुलाखत झाली. मी बाहेर पडले. माझा चेहरा पडलेला. मला फक्त चार-पाच प्रश्न विचारण्यात आले. मी समाधानकारक उत्तरे दिली. यात कौटुंबिक पार्श्वभूमी आणि कामाची तप्तरता यावरच भर दिला होता. खरंतर मी या उत्तराने व त्यांनी विचारलेल्या प्रश्नांने समाधानी नव्हते. मी कलशला सारंकाही सांगितलं. माझं मन पुन्हा हिरमुसलं होतं.

"अगं बघ, तुझं यादीत नाव नक्कीच येणार मला विश्वास आहे. तुला काय विचारलं? यापेक्षा तुझं प्रामाणिक जगणं, सोसणं, झिजणं यालाच खरेतर नक्की न्याय मिळणार आहे. तो देव तुझ्या सोबत आणि मी पण तुझ्या पाठीशी आहे ना!" कलश तिला आपुलकीने समजावीत म्हणाला. खरंतर रडवेल्या अवस्थेतही मला हसवणारा, आधार देणारा कलश म्हणूनच मला प्रिय होता.

घरी परतल्यावर रात्रौ मी जीवनाचा यथासार विचार करीत राहिले. कितीतरी जीवनातील प्रसंग जसेच्या तसे आठवीत निजली.

हं! बागेत बसून खाल्लेला डबा. कलशने मला घास भरविला होता. मी ही त्याला भरविले. अद्यापही आठवते आहे ती शपथ, जोपर्यंत कलश मला घास भरविणार नाही तोपर्यंत मी ताटात बाजूला घास काढून ठेवणार. किती दिवस...? अखेर कलशने मला भरविलं होतं.

एका फुलाच्या बागेतील ते फुल, प्रेमाचा होकार आणि या बागेतील दोघांनी मिळून काढलेली सेल्फी. मला कलश खूप-खूप आवडायचा. तो जवळ असला की मन रोमांचित व्हायचं. मी हळूच त्याची पप्पी घेतली. कलश मला सर्वतोपरी सहकार्य करीत असायचा पण कधीकधी हरविल्यागत वागायचा. त्याच्या मनात काहीतरी घालमेल होत आहे. असाच भास व्हायचा.

"का रे कलश, असा काय करतोस? कुठे हरवले तुझे मन? बोल ना!" मी लडिवाळपणे त्यांना म्हटले.

तो एकटक माझ्याकडे निरखत बघत राहिला.

"नाही गं असं काही नाही. असंच खूप सारे विचार येतात म्हणून."

"कसले रे विचार? माझे काय?"

"अगं होय. तुझ्यासाठीच तर हे.....!"

"काय रे, तुला माझ्यामुळे खूप त्रास होतोय? सॉरी हं!"

"सॉरी, म्हणून काय फायदा?" तो मिश्कील हसला होता.

"मग मी काय म्हणू, की काय करू? सांग ना!"

"काहीच नाही... अगं दोघांत माफी मागायची नाही. स्मिता बघ, आपला प्रवास, आपले नाते आपण जीवापाड जपत आलोय. पण पुढे मी तुझ्यापासून दूरवर जाणार आणि तू पण माझ्यापासून दूरवर जाणार आहेस. हे सत्य आहे. यालाच तडजोड म्हणूया की, आपण ठरवलेलं निभावलेलं प्रेम. पण सांग ना राणी. आयुष्यभर ज्या प्रेमासाठी आसुसलेलो होतो ते एवढंच क्षणिक असेल याच विचाराने मन हळहळते आहे. बाकी काही नाही. पण आपण दोघेही काय करणार? कुठेतरी थांबावच लागेल नाही का? कलश शांत संयमी बोलत होता नि स्मिताच्या डोळ्यात पाणी आलं.

"ऐ पगली, पुन्हा रडू नको ना गं."

"नाही रे राजा, तुझ्यापेक्षा तर मीच हळहळते. मी आयुष्यभर तू दिलेलं प्रेम, तू केलेली मदत, सहकार्य आणि काय काय? कसे विसरेन बरे! पण तू असं बोलू नकोस." स्मिता ओक्साबोक्शी रडायला लागली. कलशने तिला कवेत घेत पाठीवरून आधार देत हात फिरवीत समजाविलं होतं. तिचे उसासे बराच वेळ तसेच सुरू होते.

"नाही स्मिता, तसं नाही गं. अनपेक्षितपणे आपण एकमेकांच्या प्रेमात पडलो. प्रेमाचे सर्व नाते निभावले. पण शारीरिक ओढ की व्याभिचाराला आपण थारा दिला नाही. प्रमाद घडू दिला नाही. एवढंच नाही तर, सर्वतोपरी मी माझ्याने शक्य होईल तेवढं सहकार्य केलं. पुढेही आयुष्यभर तुझ्या करिता मी तत्परच असेन. तू जेव्हा-केव्हा हाक देशील तेव्हा-तेव्हा... पण तुला आता पुढे जॉब मिळाला तर फार बरे होईल. नाहीतर वाढत्या वयानुरूप कुठेतरी विवाह करावा लागेल. तिथून जीवनाची नवीन पाऊलवाट उमटवावी लागेल. नाही मिळाला जॉब तर छोटा-मोठा व्यवसाय तरी करशील. मी त्याबाबतही विचार करतो आहे. मी करणार सहकार्य. निभावणार आहे सारंकाही. तू घाबरू

नकोस. तुला घडवण्यासाठी तर मी तुझ्या जीवनात आलो आहे. नाहीतर आपलं नातं एकत्रित सजलंच नसतं." कलश खूप विचार करून बोलत राहिला. स्मिता ऐकत होती.

"थांबणारे! होते. आता नाही बोलायचं हो! हे घे आपण खाऊ खावू. मी पापकॉर्न घेतलेत ना! मिळून खाऊया."

"हो, तुझ्या आवडीचा खाऊ. पापकॉर्न." कलश तिच्याकडे बघून हसला होता. दोघेही भरभरून बोलत राहिली. मुलाखती नंतर बागेत भटकली नि सांजेच्या वेळेला बसस्थानकावर येऊन गाडी पकडली नंतर स्वगावाला पोहोचले होते.

स्मिता रात्रौ बराच वेळ कलशला आठवत बसली. हळूच मोबाईल बघितलं. कलशने रात्रौ उशिरा कवितासह मेसेज धाडला होता.

"गुड नाईट म्हणून तू अलगद निरोप घेतेस

स्वप्न परी बनून तू मनमेंदूत दरवळतेस

आठवण तुझी नेहमी छळणारी

बुभूळात प्रतिमा शिल्पागत कोरणारी

ओंजळभर तुझ्या दुःखात सुख देण्यास धावून येईन

वाट तुझी बघता-बघता डोळ्यांमधला श्रावण होईन

डियर लब्बू, स्वीट ड्रीम, टेक केअर, गुड नाईट.

स्मितानेही गुड नाईट मेसेज सेंड केला. दिवसभर प्रवासाने थकल्याने तिचे डोळे मंद मंद होत होते. कलशने पाठवलेले मधुर गीत ती मनातल्या मनात गात निजली होती.

"परदेश जाके परदेशिया, भूल ना जाना पिया

तन मन किसीने तुझे अर्पण किया

एक तेरी ख़ुशी के कारण

लाख सहे दुःख हमने ओ साजन

हसके जुदाई का जहर पिया.... परदेश जा के....."

***

24

स्मिताचा वाढदिवस मला लक्षात होता. मागील वर्षी तिचा वाढदिवस येण्याअगोदर तिला विचारलं होतं.

"अगं तुझा वाढदिवस केव्हा असतो सांग ना!"

"माझा वाढदिवस की नाही रोजच असते." ती हसून म्हणाली. तिने टाळलं होतं.

स्मिताने वाढदिवस मला सांगितलं नाही. कित्येकदा तिला विचारलं पण ती टाळायची. मग मी कधीही पुढे विचारलं नाही. मात्र माझा वाढदिवस तिने मला विचारून लक्षात ठेवत मला शुभेच्छा दिल्या. एवढंच नव्हेतर एक छानसं गिफ्ट मिळालं होतं. होय, सुंदर असं पेन. मी आनंदिलो होतो. मी पण एके दिवशी तिचा परीक्षा फॉर्म पीडीएफ बघून तिचा वाढदिवस माहीत करून घेत लक्षात ठेवला होता.

स्मिताने तर मोबाईलचा पासवर्ड माझा जन्मदिवस ठेवला होता. हे पुढे मला कळलं. मीही तिचा जन्मदिवस अनेक बँकिंग व्यवहारात पासवर्ड म्हणून वापरत गेलो आणि स्मिताला मी तिच्या म्हणण्याप्रमाणे दररोज 'गुड मॉर्निंग, हॅपी बर्थ डे' असा मेसेज द्यायचा.

आठ दिवसांपूर्वीच मी तिला नवा ड्रेस घ्यायला लावला. त्या दिवशी ती खूप रडली होती. बराच वेळ तिने नकारही दिला. तिला माझ्याकडून ड्रेस घ्यायचं नव्हतं. तिच्या स्वभावाला ते मुळीच पटणार नव्हतं. पण अखेर मी तिला शपथ दिली. ती नकारात्मकतेतून होकारात्मकतेकडे वळली. तिने माझ्या आग्रहाखातर ड्रेस घेतला.

"अगं कशाला रडतेस? मी काय तुङ्यावर उपकार करतो आहे? की, मी तुला विकत घेऊ पाहतो आहे? असे जर तुला वाटत असेल, तुला न पटणारं असेल तर राहू दे! नको घेऊस. पण रडू नकोस अशी.

"नाही रे माझ्या राजा! मी त्यासाठी नाही रडत आहे. हे तर आनंदाश्रू आहेत. अरे, खरं सांगू का असे कितीतरी वाढदिवस गेलेत, पण कधी साधा ड्रेसही घेऊ शकली नाही रे मी! मनात असूनही किती इच्छा, आकांशाना तिलाजंली दिली. हे मलाच ठाऊक. खरं सांगू का राजा! अरे एकाच ड्रेसवर कित्येक दिवस मी काढलेत. उपाशी राहून भूक भागविण्याच्या आशेवर भिकाऱ्यासारखी जगली रे! आज तुझ्या प्रेमाने माझी इच्छा पूर्ण होते, त्याला कशी रे नकार देणार. नाही राजा, हा नकार नाही. हा माझ्या प्राक्तनातील बदल आहे. खरंतर तुझ्यामुळे माझं आयुष्य असं फुलारून आलंय. जणू शुष्क वाळवंटात कधीही न फुलणारं मी रोपटं झालो आहे, असंच वाटतंय. क्षितिजाच्या, स्वप्नाच्या पलीकडचे जग तुझ्यामुळेच मला बघायला मिळत आहे. खरं सांगू का राजा? कधीही फुलं न येणाऱ्या उमरीच्या झाडाला जणू फुल आलं आहे. असंच माझं जीवन. थँक्स हं राजा! मी तुझ्या आवडीप्रमाणे नक्की ड्रेस घेऊन वाढदिवसाला घालेन. पण तुझ्या आवडीचा रंगच मी घेणार." स्मिताने डोळे पुसत कलशला म्हटलं.

"हो माझ्या आवडीचा पण छान महागडा कत्थ्या रंगाचा ड्रेस घेशील हं!"

"हे रे काय राजा? माझा आवडीचा रंगच तू मला सांगतो आहेस. माझ्या आवडीनिवडीकडे किती लक्ष देतोस रे राजा!" स्मिता कलशला अलगद जवळ घेत हसली होती.

"राणी."

रात्रौ बारा वाजता मी मोबाईल बघितला. स्मिता निजली होती. दररोज झोपण्यापूर्वी ती 'गुड नाईट' असा मेसेज न चुकता पाठवायची. मी आज बऱ्याच उशिरा मेसेज रीड केला होता. मला तिच्या वाढदिवस निमित्ताने शुभेच्छा संदेश द्यायचा होता. कॉल करून बोलायचं होतं. मी सुंदर अशी कविता आणि वाढदिवसाच्या शुभेच्छाचे मेसेज तिला सेंड करीत फोन केला. ती झोपेतून जागे होत उठली.

"हॅलो, प्रिय स्मिता तुला वाढदिवसाच्या खूपखूप आभाळभर शुभेच्छा. माझ्या राणीच्या सर्व इच्छा, आकांक्षा पूर्ण होवोत परमेश्वरचरणी मनोकामना."

मी अगदी रात्रोलाच शुभेच्छा देणार हे तिलाही ठाऊक नसल्याने ती खूप आनंदली होती. स्मिता बराच वेळ बोलत राहिली.

"अगं उद्या केक कापून करूया का वाढदिवस साजरा? आणि हो नवा ड्रेस नक्की घालायचा हं!"

"जी. उद्या दादा केक आणणार आहे. त्याला मी सांगितलं आहे आणि ड्रेस तर लावणारच ना! उद्या, पण तुम्ही या ना केक कापायला." ती आनंदाने म्हणाली.

"अगं तुला ठाऊक आहे ना! मी उद्या बाहेरगावी दौऱ्यावर आहे. मला नाही गं जमणार. पण मी तुझ्यासोबतच आहे असे समज अगदी जीवनभर." मी हसतच टाळलं होतं.

"हो मला ठाऊक आहे जी आणि तुम्हाला सुद्धा घरी येणे-जाणे किती बंधने जी. कळते मला,"

"अगं तसं नाही. एखाद्या वेळेस यायला हरकत नाही. पण तुझी ती बंदिस्त परिस्थिती, खेड्यातील लोकांच्या नजरा, नावंबोटं ठेवणारी लोकं, अगं तुला माझ्यामुळे त्रास व्हावा असं मुद्दाम मला वाटत नाही, म्हणूनच तुला नि मला जपावं, वागावं लागेल. नाही का?"

"हो ना जी! तुमच्या मर्यादा ओळखून तर मी स्वतःला जपते आहे, असो! थँक्यू. मला भरभरून शुभेच्छा दिल्याबाबत. मला भरभरून प्रेमानंद देत असल्याबाबत."

कलश स्मिताशी बराच वेळ बोलत राहिला. निरोप घेऊन दोघेही झोपी गेली होती.

कलशने पहाटेला जाग येताच पुन्हा मोबाईल बघितला. स्मिताने 'थँक्यू' म्हणून मेसेज पाठविला होता. सोबतच रात्रौला पाठवलेली कविता तिने स्वतःच्या व्हाट्सअप डीपीवर ठेवून, त्याला एका मधुर गीताची जोड दिली होती. कलश वारंवार स्मिताच्या डीपीवर लावलेली कविता वाचत सोबतचे असलेले मधुर गीत ऐकत राहिला.

घरटे बांधायचे आहे म्हणून

नाही बसलो या फांदीवर
"खूप थकलो होतो म्हणून
घेतला थोडा विसावा येथे"
"मन तुझ्यात भरलेले
प्रतिमा बघत हरलेले
किती आवरू सांग ना!
आसवांनी मौन पाळलेले"
आणि ते गीत त्याच्या ओठावर वारंवार रेंगाळू लागले होते.
"तुम क्या मिले, हम ना रहे हम,
जैसे मिले दिल में खिले
बाग के मौसम तुम क्या मिले."
'सिन्स आय फाउंड यू.....'
***

25

आज अगदी आनंदाला उधाणच आले होते. खरंतर इतक्या वर्षात पहिल्यांदाच केक कापून साजरा केलेला तो वाढदिवस होता. शाळेत बालपणी सर टाळ्या वाजवून वर्गात वाढदिवस साजरा करायचे, तेव्हा आई-बाबाला रडून-रडून चॉकलेट करिता पैसे मिळवावे लागत. दहा रुपयाचे सर्व विद्यार्थ्यांना चॉकलेट वाटण्यात किती आनंद असायचा. नाही का? तो प्रसंग आठवते आहे. पण पुढे मात्र कॉलेजात की इतर दिवसात असे क्षण आलेच नाहीत. त्याला कारण परिस्थिती एवढंच. माझं मनकोंडी होऊन ते जगणं होतं. चार-दोन मैत्रिणींनी प्रत्यक्षात शुभेच्छा दिल्या तरी फार बरे वाटायचे. मोबाईल तर मुळीच नव्हता. मी कॉलेजातून अकादमीत गेली तेव्हा प्रत्येक मुलां-मुलींकडे मोबाईल होते पण माझ्याकडे नसल्याने मी हिरमुसायची. वाटायचं आपणही घेऊ कधीतरी पुढे. मग आपल्यालाही व्हॉट्सअप द्वारा शुभेच्छा मिळतील. आपणासही स्टेट्स ठेवता येईल. पण आर्थिक परिस्थितीमुळे ते शक्यच नव्हतं. पुढे कोरोनानंतर अकादमीत जाणे शक्यच नव्हते. स्वतःच्या भविष्याला नामशेष होताना बघत खूप रडायची. पुढे ओळखीने कसेबसे बँकेत जॉब करू लागले. काही दिवसांनी रक्कम गोळा करून एका मैत्रिणीकडून जुना मोबाईल कसाबसा विकत मिळविला. तेव्हाचा आनंद गगनात मावेनासा झालेला. त्या दिवशी मिळवलेला मोबाईल आणि वाढदिवसाला केक कापण्याचा आनंद एकसारखाच भासला होता.

पहाटेला उठताच वाचलेली कलशची कविता, त्यांनी लिहिलेल्या शुभेच्छा, त्यापेक्षाही मला अगदी आनंदाने ड्रेस घेऊन दिला त्याबाबत

तर मी खूपखूप सुखावून गेली होती. पण कलश सोबत नव्हता ही खंत दिवसभर उरात सलत राहिलेली. मी त्याला दिवसभर नजरेसमोर आठवीत होते. शेजारील लहान मुले, मैत्रिणी, आई-बाबा, दादासह वाढदिवस साजरा केला. उणेपुरे आयुष्याचे ते संघर्ष, हलाखीचे दिवस आठवित राहिले.

केक कापताना मेणबत्तीचे प्रकाशमय होणे जणू आपलं जीवन प्रकाशमय होते आहे असाच भास होत होता. दिवसभर कडू-गोड आठवणी आणि कलशच्या आठवणीतच दिवस समोर गेलेला. या दीड वर्षातील कलशचे मिळालेले प्रेम व सहकार्य नजरेसमोर येत राहिले.

कलश दिवसभर बाहेरगावी मिटींगला असल्याने त्यांच्याशी बोलता आलं नव्हतं. वाटायचं करावं फोन, पण मीच स्वतःला आवरलं होतं. वारंवार त्यांची व्हॉट्सअप डीपी बघत राहिली. त्यांना मेसेज दिला ते ऑनलाईन नव्हते. या आनंदाच्या क्षणात दोन शब्द तरी बोलायला मिळावे, त्यांच्याशी व्हिडिओ कॉल करून बोलायला, बघायला मिळावे असेच वाटत राहिले. मी हिरमुसली नि शेजारील मैत्रिणीसोबत जाऊन गप्पा करू लागली. मात्र माझं मन असं भानावर नव्हतं. सारखा आपल्या आयुष्याचा विचार, सारखा कलशचा विचार, त्यांचं रूप डोळ्यासमोर आठवीत होते.

काही वेळाने रिंग वाजली. मी अलगद मोबाईल बघितला. होय, कलशचा फोन. मी थोडं बाजूला एकट्यात जाऊन फोन रिसीव्ह केला.

"हॅलो, हं बोला ना! किती वाट बघते जी. आता वेळ मिळाला तुम्हाला."

"सॉरी हं लाडू, अगं खूप बिझी होतो मी. पुनश्च स्वारी, हॅपी बर्थडे डियर माय जान."

"थॅंक्यू..."

"कशी आहेस? अरे, मला फोटो तरी पाठवायचे ना!"

"छान, आनंदी. तुमच्या आठवणीत जी! थोड्या वेळापूर्वींच वाढदिवस साजरा केला. मी फोटो पाठवणारच होते पण तुमचाच फोन न आल्याने मी थांबली. आले काय गावला?"

"नाही गं, खूप उशीर होणार. आता बस स्टॉपवरून निघतोय. अगं पण केक कापला की नाहीस?"

"होय, दादानी केक आणला होता. तुमच्याकरिताच वाढदिवस खूप छान सेलिब्रेट केला. मैत्रिणींना बोलावले. तुमची तेवढी उणीव हुरहूर राहिली आणि सांगू...?"

"हं, सांग ना!"

"तुम्ही दिलेला ड्रेस मस्त, खूपखूप आवडला मला."

"थँक्स हं! माझ्या गिफ्टसोबत वाढदिवस साजरा केल्यामुळे तुझे अनंत आभार."

"हे जी काय?" मलातर तुमचे आभार मानायला हवे. माझा जीवनात पहिल्यांदाच असा वाढदिवस साजरा केला गेला. खरोखर, तुमच्यामुळेच बरं का!"

"वा! आता कसे वाटते आहे आणि तब्येत वैगेरे?"

"छान आहे जी. बाबाचीही तब्येत बरी आहे. तुमच्या आठवणीत तेवढी आणि तुम्ही कसे आहात?"

"मी पण छान तुझ्या आठवणीत. माझी लाडाची परी, मधाळ डोळ्याची राणी. लब्बू, लव्ह यू सो मच...."

"सेम टू यू..."

"माझी भाग्यलक्ष्मी आहेस तू, माझ्या काळजाची परी. माझी धमनी आहेस तू.."

"आणि पुन्हा काय काय? सांगा ना!"

"सर्वस्वी तू माझीच आहेस राणी. बरं, स्मिता तुझ्याकडून एक गोष्ट हवी मला देणार ना!"

"काय ते तर सांगा? बोला ना! मागाल तर तुमच्यासाठी जीवही द्यायला मागेपुढे बघणार नाही."

"ऐ बयाबाई, बयताळ, पगली है तू मेरी. मी कुठे तुला जीव मागणार काय गं? अगदी शुल्लकशी वस्तू, हक्काने तुला मागावी असा छान दिवस आहे म्हणून..."

"हं, मग मागा ना! सांगा. उद्या तुमच्यासमोर येऊन नक्कीच देणार."

"एवढी घाई नाही गं. पण तुला द्यावंच लागेल आणि तू देऊ शकतेस अशीच वस्तू आहे ती."

"असे किती लांबवर गूढ ठेवाल. सांगा ना लवकर!"

"सांगते आहे. एक काम कर. किराणा दुकानात होळीचा रंग मिळतो ना! तो घेशील. घरी पांढरा झेरॉक्स पेपर असेलच ना!"

"होय, आहे ना!"

"मग तो रंग दोन्ही तळपायाला लाव. ते रंगलेले पाय त्या कागदावर ठेऊन तुझ्या पावलांचे ठसे उमटव. मला तुझ्या पावलांचे ठसे हवे आहेत. तुझे भाग्यशाली पाऊलठसे. मला माझेकडे कायम जपून ठेवायचे आहेत. तू जेव्हा-केव्हा कुठेही असशील पण ते भाग्य माझ्यासोबत असेल. तू माझी लक्ष्मी आहेस म्हणून आणि या दिवाळीला मला तुझ्या पावलांची पूजा करायची आहे."

"अरे बापरे! काय आश्चर्य. राजा मी तुझीच आहे रे!" आणि हे पाऊलठसे आयुष्यभर तुझेच आहेत. मी देऊ नये असं कधी होणारच नाही. खरं सांगू राजा, अरे! या शेतामध्ये रोजीरोटी करताना ढेकळांच्या सानिध्यात राहून तळहातांच्या नि तळपायांच्या रेषा केव्हाच मिटल्यात रे! तळहातावरील रेषा आपलं भविष्य दर्शवितात म्हणे! मला तरी कुठलं भविष्य उरलं होतं. भविष्य नसलेली मी. जीवनशून्य हाडाचा सांगाडा तेवढा. तुझ्या ओढीने तुझ्या प्रेमात पुन्हा हे तळहात-पाय आज खंबीरपणे उभे होऊ पाहत आहेत. मी स्वतःचे भविष्य घडवू बघते आहे. राजा, माझे पाऊलठसे म्हणजेच माझं भविष्य सारेकाही तुझ्याच हातात आहे. नक्की देणार. तेव्हाच तर कुठे माझं नशीब सहज घडेल."

"थॅंक्स हं राणी. माझी इच्छा पूर्ण केल्याबाबत. खरं सांगू का? माझंही नशीब तुझ्या त्या सोनपावलांनी सजलं, बहरलं आहे. जीवनातलं सर्व सुख, आनंद, आर्थिक प्रश्न कसे सहज प्राप्त होत आहेत. खरंच! तू माझ्यासाठी भाग्यलक्ष्मी आहेस. नाही मानत गं मी त्या देवाचं अस्तित्व पण माझ्यासाठी तू देवीचं रूप आहेस. ही देवी, त्या देवीचे पाऊल जवळ असणे म्हणजेच माझी आयुष्यभराची कमाई असेल." कलश स्मिता आपसात बोलत राहिले.

कलश व स्मिताच्या डोळ्यातील पापणकडा ओलसर होऊन मन एकमेकांशी प्रेम भावनेने समर्पित झाले होते.

"पण राजा या रंगापेक्षा मी मोबाईलने तळपायाचे फोटो काढून तुला चित्र पाठवू काय? अगदी ओरिजनल हुबेहूब. तू त्याचं फोटो प्रेम करून घे!"

"हो गं, काय भन्नाट आयडिया. खरंच हुशार आहेस. नक्कीच स्वागत आहे तुझं. बरं! बाय काळजी घे स्वतःची. अगदी पोटभर जेवण करून आनंदाने माझ्या स्वप्नात गाढ झोप हं! गुड नाईट."

"या लवकर परत."

"अगं, गाडी सुटली आहे. रेंज प्रॉब्लेम व आवाजही मंदावतो आहे म्हणून..."

"हो जी थँक्स. तुमच्याशी बोलून मला छान वाटले. बरं! या लवकर. तुमच्या प्रतिक्षेत. मी तुम्ही भेटण्याची वाट बघते. थँक्स माझ्या राजा!"

रेंज प्रॉब्लेममुळे पलीकडून मोबाईल कट झालेला. अगदी कलशशी बोलण्याने त्याच्या आठवणीत स्मिताचे मन आनंदी, रोमांचित झाले होते.

"ऐ स्मिता, कुणाचा फोन गं? एवढा वेळ एकट्यात बोलत होतीस." मैत्रिणीने सहज विचारलं.

"हं! अगं माझ्या नातेसंबंधातील ताईचा कॉल होता. वाढदिवस शुभेच्छा देण्यासाठी. ती फार बडबडी आहे. बघ ना किती वेळ घेतला माझा." स्मिताने खोटं सांगितलं होतं.

स्मिता बराच वेळ मैत्रिणींशी बोलत करीत राहिली. कलशच्या आठवणी पुन्हा रेंगाळताच त्यांनी मागणी केलेले भाग्यलक्ष्मी म्हणून पाऊलठसे तिच्या डोळ्यासमोर येत होते. कलशच्या आठवणीतील गोड दिवस, ती कदापिही विसरू शकणार नव्हती.

ती घरी परतली आणि एक गोड गीत तिच्या ओठावर रेंगाळू लागले होते.

"मै फिर भी तुमको चाहूँगा

पलभर तुम्हे जो ना सोचू तो

धडकने तरसने लगती है

तुमको ना देखलू नम ऑंखे भी
हालेसे हसणे लगती है
दिल से, ये दिल का मेल सनम
जो कल हो ना जाये कम
हालात बिघडते चाहे अगर
हम दोनो भी बिछड भी जाये अगर
यादो के चॉंद सितारे पर
मै तुमसे मिलने आऊंगा.... मै फिर भी तुमको चाहूँगा.....
***

26

स्मिताचा फोन येताच कलशने ऑफिसमधून गाडी काढली. अगदी हर्षभराने तिला तो भेटायला निघाला होता. अगदी आनंदी असा चेहरा. मनात मनमोर नाचत होता. जीवनातील परमोच्च आनंदक्षण नि डोळ्यासमोर स्मिता.

होय, स्मिताच्या वाढदिवशी तो तिला प्रत्यक्षात भेटू शकत नसल्याने ती बरीच हिरमुसली होती तरीपण तिला कुठलाही राग आला नव्हता. ती कलशवर परमोच्च पातळीवरील प्रेम करीत राहिली होती. स्मिताचा गुणी स्वभाव, समजदारपणा, समजून घेणारे मन, शांत संयमी मोजकं बोलणं, कलशला फारफार आवडायचं. कलशची ती भाग्यलक्ष्मी होती म्हणून ती त्याला नक्कीच पाऊलठसे देणार होती.

वाढदिवसापासून पंधरा दिवस उलटले. कलशची नि स्मिताची प्रत्यक्षात भेट झालीच नव्हती. नेहमीचं फोनवर बोलणं सुरू होतं. कलशही तिला भेटायला आतुर होता...

ऑफिसमध्ये कामाला येणारी स्मिता, तिचं ऑफिसात येणं बंद झाल्यानंतर कलशसोबत सुरू झालेलं प्रेम, ती प्रत्यक्षात ऑफिसमध्ये नसतानाही या दीड वर्षातील प्रेम, त्याला जसेच्या तसे आठवायचे. 'अनपेक्षितपणे आपलं मन तिच्यावर जडलं. आपण खरंच कसे काय स्मिताच्या प्रेमात पडलोय?' हाच विचार वारंवार यायचा.

कलशने स्मितावर खूपखूप प्रेम केले होते. तिच्या संघर्षात्मक वाटेवरील वाटसरू होऊन तिला चालण्यास मदत केली होती. होय, दुखऱ्या पायांनी वेदना भोगत असलेलं स्पर्धा परीक्षेतील अपयश ती

सहजच कलशच्या हिंमतीने पचवू शकली होती. नव्याने उभारी घेत ती स्वजीवनाला नवी दिशा व वाट मिळेल या प्रयत्नात राहिली. परिस्थितीचा देखावा न मांडता संकट, समस्यांना तोंड देत अगदी खंबीर, शांत मनाने समोर जाणारी स्मिता...

नुकताच लंच टाईममध्ये स्मिताचा फोन आला. स्मिताला प्रत्यक्षात केव्हा भेटतो हीच हुरहुर.

"कुठे आहात जी?"

"अगं ऑफिसात आहे ना!"

"किती दिवस झाले भेटून राजा, या ना घराकडे."

"पण... घरी आहे आई-बाबा सगळेच असतील ना!"

"होय, म्हणून काय झाले? या ना. तुम्हाला यावंच लागेल. एक गोड बातमी द्यायची आहे."

"कुठली गं गोड बातमी? काही सांगशील तर!"

"सांगते ना! माझ्या राजा, तुझ्या आशीर्वादाने मी अंतिम निवड यादीत स्थान मिळवलं रे! आताच एका मैत्रिणीने यादीत नाव बघून मला कळवले. मी लगेच तुला फोन केला.

"अगं काय सांगते आहेस? काल रात्रोला तर मी वेबसाईट बघितली. मला तर नाही ना दिसली. आज अपलोड केली असेल. मी आज साईट नाही बघितली.

स्मिता बातमी देताना खूप आनंदी होती. गोड बातमी ऐकून कलशही फार आनंदीला.

"नाही जी. कालच यादी टाकली म्हणे."

"बरंबरं, मला पाठव ती यादी. मी पुन्हा साईट बघतो. तू फोन सुरूच ठेव. स्पीकर फोन सुरू केला. मी बघतो थांब."

"बघणारे राजा, त्यांनी मला यादीत नाव आहे म्हटलं. त्यांनी पीडीएफ नाही पाठवली जी."

"बरं बघतो आहे. सुरूच असू दे." कलशनी ब्राउझर सुरू करून साईट ओपन केली. साईटवर नवीन नोटिफिकेशन बघू लागला होता. त्यानंतर साईटखाली असलेल्या अपलोडिंग नोटिफिकेशन बघितल्या.

"अगं इथे तर जुन्याच नोटिफिकेशन दिसत आहेत. इथे कुठेच तर नवीन रिझल्ट नोटिफिकेशन, भरती यादी दिसत नाहीये. कसे गं? तुला दिलेली बातमी खोटी तर नाही."

"नाही जी ती कशाला खोटं सांगेल. 'मी बघितलं,' असे ती म्हणाली. थांबा, मी पुन्हा फोन करून विचारते. तिला पीडीएफ टाकायला सांगते."

"बरंबरं! तसे कर. तोपर्यंत मी साईट पूर्ण चेक करतो आहे." स्मिताने फोन कट केला होता. मैत्रिणीला फोन लावला. कलश वारंवार सर्व नोटिफिकेशन बघत होता. साईटवर काहीही अपलोड केलं तर होम पेजच्या स्क्रीनवर दिसतं पण ही भरती न्यूज मात्र कुठेही दिसत नव्हती. कलशचे उजव्या कोपऱ्यातील अगदी बारीक अक्षरात असलेल्या विंडोजकडे लक्ष दिले. त्यातील रिक्रुटमेंटवर लक्ष जाताच त्यांनी ते ओपन करून बघितले. त्यातही सर्वात वर जुन्या नोटिफिकेशन पीडीएफ स्वरुपात दिसत होत्या. कलशचे मन चिंतातूर झाले होते. त्याने पुन्हा काळजीपूर्वक बघत विंडोज खाली सरकविले. आणि काय? त्याचे डोळे विस्फारले होते. सर्वात खाली साईडच्या इतक्या आतमध्ये अंतिम भरती यादी प्रसिद्ध करण्यात आलेली. कलशनी त्यावर क्लिक करून पीडीएफ ओपन केली. वरपासून खालीपर्यंत एक-एक नाव तो वाचू लागला होता. मात्र स्मिताचे नाव पहिल्या पेजवर नव्हतेच. दुसरे पेज, यादी संपत आलेली. शेवटच्या स्थानावर त्याचं लक्ष गेलं. होय, स्मिता निवड यादीत अंतिम स्थानावर होती. कलशचं मन भरून आलं होतं. अंगावर रोमांच निर्माण झाला होता. डोळ्यातून अश्रू तरळू लागले. पीडीएफ डाउनलोड करून त्याने स्मिताला लगेच सेंड केली.

स्मिताला फोन लावला. स्मिता बिझी होती. स्मिताशी केव्हा बोलतोय असेच झालेले. ती मैत्रिणींशी याच विषयावर बोलत असलेली. पुन्हा ट्राय करताच स्मिताने फोन उचलला.

"हॅलो स्मिता, अगं माझी राणी तू पास झाली आहेस. राणी, तुला खरंच अंतिम यादीत अंतिम स्थानावर निवड यादीत स्थान मिळालं आहे. राणी त्या परमेश्वराचीच कृपा. बघ, तुझं स्वप्न साकार झालं आहे." अलगद कलशच्या डोळ्यातून आनंदाश्रू घरंगळू लागलेले. स्मिताही ओसंडून रडू लागलेली. दोघेही एकमेकांप्रति कृतज्ञता भाव

व्यक्त करीत फोनवरच रडत राहिले. त्यांच्याने बोलणंही होत नव्हतं.

"राणी, तुझे श्रम अखेर फळास आले गं! मी म्हटलं होतं ना, 'देव करतो भल्यासाठी.' अखेर तुझ्या प्राक्तनात हेच चांगलं व्हायचं होतं." कलशला बोलणंही होत नव्हतं.

"राजा, रडू नकोस ना रे! अरे, तुझी राणी तुझ्या प्रयत्नामुळे जिंकली. तुझ्या सहकार्याने, प्रेमाने मी कायमची भरून पावली रे! ये रे राजा मी वाट बघते आहे तुझी." स्मिताने रडतच उसासे देत म्हटलं.

"होय, लवकरच येतोय." कलशने फोन कट केला आणि तो एकटक आभाळाकडे वर बघत राहिला. दुपारचा लंच बॉक्स खाण्याचीही आता त्याला आठवण येणार नव्हती. तिचे अभिनंदन करण्यास, तिला पेढा भरविण्यास, तिच्या यशस्वी जीवनातील विजयाचा क्षण उत्सव म्हणून साजरा करण्यास कलशने दुकानातून पेढ्याचा बॉक्स विकत घेतला. कलशने गाडी स्मिताच्या घराकडे वळविली होती. कलश स्मिताच्या उज्वल भविष्यासाठी झटत होता. तिने जीवनातील ध्येय, जिद्दींना पूर्ण करावं यासाठी बरेच प्रयत्न केले होते. ते सारेकाही अगदी कमी दिवसात, कमी श्रमात फळास आले होते. याबाबत तो आग्रही राहिला होता. स्मिता त्याच्या सहकार्याची जाणीव ठेवीत स्व:जीवनाचे मिटलेले भविष्य फुलवून गेली होती. ती या यादीतील निवडीने.

स्मिताच्या घराशेजारी गाडी पार्क करून कलश तिला भेटायला आला. स्मिताही त्याची वाट बघत होती. स्मिता मोबाईलमधील पुन:पुन्हा यादी बघत कलशची वाट बघत होती. कलशला बघताच तिचे डोळे बघून भरून आलेले. कलशने तिच्या हातात पेढे दिले. कलशने अलगद त्यातील एक पेढा घेऊन दारातच तिला घास भरविला. ती कलशच्या पाया पडली होती. आई-बाबालाही तिने पेढा दिला. सगळे आनंदी झाली होती. स्मिता-कलश बराच वेळ आनंदाने एकमेकांशी मनसोक्त गप्पा करीत राहिली. बराच वेळ एकमेकांस निरखण्यात गेला होता.

"अगं, स्मिता मी तुझ्याकरिता पेढे दिले पण तू काय देणार मला?"

"काय हवंय जी, ते तर सांगा ना!"

".....

कलश मूकमनाने म्हणाला आणि स्मिताला नजरेनेच सारंकाही कळलं होतं. दोघेही एकमेकांकडे बघत राहिली होती आणि सहजच कोनोड्यात ठेवलेलं एक कागद स्मिताने कलशच्या हातात दिलं होतं. कलशने ते स्वीकारत उघडून बघितलं. लाल रंगाचे कागदावर उमटलेले स्मिताचे पाऊलठसे. कलश त्या पाऊल ठस्याकडे बघतच राहिला. दोघांच्या डोळ्यात पुन्हा आनंदाश्रू वाहू लागले होते. स्मिता अलगद खाली बसून कलशच्या पायावर डोकं ठेवून ओक्साबोक्शी रडू लागली. ते आनंदाश्रू...

कलशने स्वतःला खूप आवरलं होतं. "अगं स्मिता रडू नकोस, अखेर तुझं स्वप्न साकार झालं आहे. या स्वप्नांना तू जिद्दीने समोर जात पदरात यश खेचून आणले आहेस. खरंच तू गुणवान आहेस. हुशार आहेस. मी तुला नेहमी म्हणायचो. ते उगीच नाही. खरंच, तू भाग्यलक्ष्मी आहेस. म्हणूनच ह्या पाऊलखुणा त्या तेवढ्या माझ्याकडे ठेवतोय. उठ गं, असं नाही वागायचं..."

स्मिता डोळे ओढणीने पुसत उठली. कलश बराच वेळ झाल्याने निरोप घेऊन पाऊलठस्यासह भाग्यलक्ष्मीला उरात जपत जड मनाने उठला...

कलश स्मिताला व तिच्या पुढील जीवनातील क्षणाचे भविष्य आठवीत घराकडे परतत होता नि वाटेवरील दुकानातून ऐकू येणारे ते मधुर गीत त्याच्या ओटावर रेंगाळत होते...

"मै ना भूलूंगा..., मैना भूलूंगी...,
इन रस्मों को, इन कस्मों को, इन रिश्तें नाते को
मै ना भूलूंगा..., मैना भूलूंगी...,"
*****

संजय येरणे यांचे प्रकाशित साहित्य

कादंबरी:

१) 'संताजी जगनाडे एक योद्धा' भरारी प्रकाशन, नागभीड, डिसे. २०१६.

२) 'बयरी' पेन्सिल प्रकाशन, मुंबई, जाने, २०१७.

३) 'यमुना' भरारी प्रकाशन, नागभीड, डिसे. २०१७.

४) 'वॉरीयर्स' पेन्सिल प्रकाशन, इंग्रजी आवृत्ती प्रकाशित, डिसे.२०१९

५) 'रमास्त्र' कादंबरी शिवसमर्थ सेवा प्रकाशन, नाशिक मार्च. २०२५

६) 'यमुना' कादंबरी इंग्रजी आवृत्ती शॉपीझेन प्रकाशन, मे २०२४,

७) 'पावडर' कादंबरी, शॉपीझेन प्रकाशन, १५ नोव्हे. २०२४,

कथासंग्रह:

१) 'डफरं' मायबोली प्रकाशन, मुंबई, डिसे. २०१४.

२) 'डमरू' पेन्सील प्रकाशन, मुंबई, जाने. २०१८.

३) 'फयान' इंग्रजी आवृत्ती नोशन प्रेस, डिसे. २०२१.

४) 'शिवरायांचे मावळे' कथासंग्रह, अभिनंदन प्रकाशन कोल्हापूर डिसे. २०२४

५) 'डफली' शॉपीझेन प्रकाशन, मे २०२४.

बालकथासंग्रह:

१) 'एक आहे अनिकेत' (मराठी आवृत्ती) भरारी प्रकाशन, नागभीड, फेब्रू, २०११

२) 'अनिकेत' (इंग्रजी आवृत्ती तथा ई आवृत्ती) भरारी प्रकाशन, नागभीड, फेब्रु. २०११.

वैचारिक ग्रंथ:

१) 'सूडाचा प्रवास' भरारी प्रकाशन, नागभीड डिसें.२०१४.

२) 'कथाविचार' भरारी प्रकाशन, नागभीड, डिसे.२०१८

३) 'काळजातील शब्दगंध' लेखसंग्रह, शॉपीझेन प्रकाशन, जून २०२१.

४) बुद्ध हवा हवासा वाटतो' लेखसंग्रह, शॉपीझेन प्रकाशन, जून २०२२.

शैक्षणिक:

- संजय येरणे इंग्लिश रिडींग पॅटर्न' भरारी प्रकाशन, नागभीड जून २०१६.

कवितासंग्रह :

१) 'काटेरी निवडुंग' (चारोळी) भरारी प्रकाशन, नागभीड, जाने.२००८.

२) 'जांगल' भरारी प्रकाशन, नागभीड फेब्रु. २०११.

३) 'सत्यान्वेषी माणूस' शॉपीझेन प्रकाशन, ई-साहित्य प्रकाशन, एप्रिल २०२१.

४) 'ओढ' (चारोळी) शॉपीझेन प्रकाशन, सप्टेंबर २०२३.

समीक्षाग्रंथ:

१) 'ना. गो. थुटे यांच्या चारोळी कवितेची समीक्षा' - श्रेयस प्रकाशन, हिंगणघाट, मे २०१५.

२) 'काव्यफुलांचे अंतरंग' डॉ. राजन जयस्वाल यांची कविता - भरारी प्रकाशन, नागभीड. सप्टे, २०१५.

३) 'मधुघट' मधुकर गराटे यांची कविता, चपराक प्रकाशन, पुणे डिसे. २०२०.

४) 'चौरंग' डॉ. राजन जयस्वाल यांची चारोळी व समीक्षा, शॉपीझेन प्रकाशन, ई साहित्य, डिसे.२०२०.

५) 'नामालूम' किशोर मुगल काव्यसमीक्षा नोशन प्रेस फेब्रु २०२३

काव्यसंपादन:

१) 'अंगार'- भरारी प्रकाशन, नागभीड, ऑक्टो.२०१२.

२) 'उधाण'- भरारी प्रकाशन, नागभीड, ऑक्टो.२०१२.

३) 'आरसा'- भरारी प्रकाशन, नागभीड, एप्रिल.२०१४.

४) 'घाण्याचे अभंग'- 'संताजी जगनाडे महाराज' भरारी प्रकाशन, नागभीड. डिसे.२०१६.

संपादन ग्रंथ :

१) 'राष्ट्रवाणी' 'राष्ट्रसंत तुकडोजी महाराज जीवनकार्य व विचार ग्रंथ' पेन्सील प्रकाशन, सप्टें. २०२१.

एकांकिका :

१) 'श्यामची आई' नाट्यरूपांतर, व रामा ढगल्या एकांकिका, शॉपीझेन प्रकाशन, सप्टें. २०२१.

संजय येरणे यांच्या साहित्यावरील समीक्षा :

१) 'सर्वस्पर्शी प्रतिभावंत' लेखक, समीक्षक पुनाराम निकुरे, क्रिस्टल प्रकाशन पुणे व ई-साहित्य पोर्टल, जाने. २०२१.

२) 'बंडखोरी' हरीश येरणे भाऊ यांचा वैचारिक लेखसंग्रह.

***